வீட்டில் செய்ய

விசேஷ பூஜை

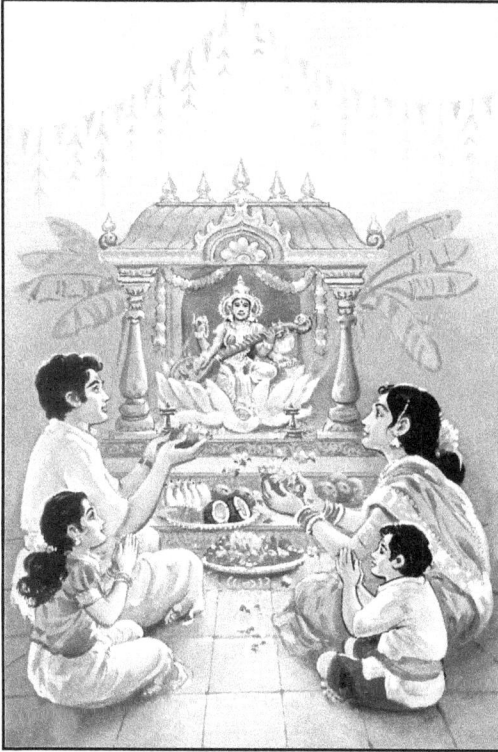

வீட்டில் செய்ய

விசேஷ பூஜை

ஸ்வாமி நித்ய முக்தானந்தா

கிழக்கு

வீட்டில் செய்ய விசேஷ பூஜை
Veettil Seiya Vesesha poojai
by *Swamy Nithya Mukthanandha* ©

First Edition: December 2006
112 Pages
Printed in India by Repro Knowledgecast Limited, Thane

ISBN: 978-81-8368-221-3
Title No: Kizhakku 808

Kizhakku Pathippagam
177/103, First Floor,
Ambal's Building, Lloyds Road
Royapettah, Chennai 600 014.
Ph: +91-44-4200-9603

Email : support@nhm.in
Website : www.nhm.in

Author's Email : nithyamuktha.avv@gmail.com

Illustrations : G. Sekar

Kizhakku Pathippagam is an imprint of New Horizon Media Private Limited

மனம் மகிழட்டும்

(எல்லோர் கண்களிலும் படும்படி இதை ஒட்டி வையுங்கள். சர்வ மதங்களுக்கும் பொதுவான பிரபஞ்ச சக்தியைப் போற்றும் துதி.)

- உலகமெல்லாம் நிறைந்த பரம்பொருளே
  எல்லா உயிரும் நீயே
  எல்லா செல்வங்களும் நீயே
  உனது அருள் எப்போதும் எங்களைக்
  காத்து நிற்கிறது
  இந்த உண்மையை நாங்கள் உணர
  அருள்புரிவாய்.

- பசிக்கு உணவு ஆவாய்
  பருகும் நீர் ஆவாய்
  நோய்க்கு மருந்தாவாய்

- இருள்போக்கும் ஒளியே
  வறுமை நீக்கும் செல்வமே
  வாழ்வும் வளமும்
  உனது நன்கொடைகள்
  அன்பும் அறனும் உனது
  அற்புதப் படைப்புகள்

- பிரபஞ்சமே பராசக்தியே
  உன்னில் பிறந்து
  உன்னில் வளரும் எங்களை
  உன்னதமாக்கி அருள்புரிவாய்!

உள்ளே

சோடஷோபசார பூஜை என்று சிறப்புடன் வழங்கப்படும் இந்த 16 வகை வழிபாடுகள் எளிய முறையில் உங்களுக்காக...

பிரார்த்தனை என்பது இறைவனோடு நாம் செய்துகொள்ளும் உசத்தியான தொடர்பாகும். விரிவான வழிபாடுகள் மட்டுமல்லாமல் வெகு சுலபமாகவும் கூட பிரார்த்தனையைச் செலுத்தலாம் - ஏழை ஒருவன் நாலணாவுக்குக் கற்பூரம் ஏற்றிக் கன்னத்தில் போட்டுக் கொள்வது போல.

வாழ்க்கையில் விரும்பிய பொருளைப் பெறுவதற்கோ, மனத்தெளிவு அடைவதற்கோ, ஒரு குறிக்கோளை எட்டுவதற்கோ பிரார்த்தனை உதவும் சக்தியாக இருக்கிறது. தேவையைக் கருதி முதலில் வழிபடத் தொடங்கினாலும் தொடர்ந்து பிரார்த்திப்பதன் மூலம் இறுதியில் ஆன்மிக அறிவைப் பெறத் தகுதியுள்ளவராக்க அது உதவி புரிகிறது.

படைத்தல் என்னும் நோக்கில் இறைவனைப் பார்க்கும்போது அவர் பிரம்மதேவனாகப் பார்க்கப்படுகிறார். அவ்வாறே காத்தல், ஒடுங்குதல் என்ற நோக்கிலும் இறைவன் முறையே விஷ்ணு, சிவன் என்ற அந்தந்த செயல்களுக்குரிய தெய்வமாக இருக்கிறார். அவ்வாறே கண்ணுக்குரிய தேவனாக சூரியன் என்றும், மற்ற செயல்களுக்கு ஏற்றவாறு பல்வேறு தெய்வங் களாக இறைவன் இருக்கிறார். படைப்பில் ஆண் அம்சமும், பெண் அம்சமும் சமமாக இருப்பதால், செயல்களுக்குரிய தெய்வங்கள் ஆணாகவோ, பெண்ணாகவோ இருக்கலாம். இவ்வாறு எந்தத் தெய்வத்தைப் பிரார்த்தனை செய்தாலும் அது அந்த எல்லாம் வல்ல இறைவனுக்கே போய்ச் சேரும்.

மூன்று வகை பிரார்த்தனைகள் உண்டு -

உடல் (காயிக), வாக்கு (வாசிக), மனம் (மானஸக) என்னும் மூன்று வகைகளில் செய்யப்படுகிறது. பூஜை அல்லது சடங்குகள் உடலால் செய்யப்படும் பிரார்த்தனை ஆகும். இறைவனின் பெருமைகளைப் புகழ்ந்து பாடுவது, வேத மந்திரங்களை ஓதுவது போன்றவை வாக்கினால் செய்யும் பிரார்த்தனை ஆகும். தியானம் செய்வது அல்லது மௌனமாகத் துதிப்பது மனத்தால் செய்யும் பிரார்த்தனை ஆகும்.

செயல் என்றால் அதற்குப் பலன் ஒன்று உண்டு. மற்ற செயல்களைப் போலவே பிரார்த்தனையும் பலனைக் கொடுக்கிறது.

வழிபாட்டின் முழுமையான வடிவங்களில் சுலபமான பதினாறு உபசார பூஜை, விரிவான அறுபத்து நான்கு உபசார பூஜை என்று இரண்டு வகை உண்டு. பண்டிகை நாட்களில் ஒரு புரோகிதரை வரவழைத்து ஒருவர் தன் சார்பில் 64 உபசார பூஜையைச் செய்யச் சொல்லலாம். அன்றாட வழிபாட்டுக்குத் தானாகவே இந்தப் பதினாறு படிகள் கொண்ட பூஜையை எல்லோரும் வீட்டில் செய்யலாம்.

படைப்புக்கு ஈஸ்வரன் பேரறிவான காரணமாக இருக்கிறார். ஆகையால் அவரை எந்த வடிவத்திலும் எழுந்தருளச் செய்து

வழிபடலாம். வழிமரபாக நாம் இறைவனை, ஒரு குறிப்பிட்ட சின்னத்தில் அல்லது வழிபாட்டுக்குரிய சிலையில் தெய்வமாக எழுந்தருளுமாறு வேண்டுகிறோம். நமது அன்பையும் வாழ்த்துக்களையும் வெளிப்படுத்துவதற்கு மலர்களை அல்லது ஒரு நல்வாழ்த்து அட்டையை அனுப்புவது போல ஓர் உணர்ச்சியை அல்லது எண்ணத்தை செயலின் மூலமாக வெளிப்படுத்துவது, அதை அதிகமாக நிலைத்து நிற்குமாறு செய்கிறது.

பூஜையில் பக்தி நிறைந்த மனநிலையுடன் தெய்வம் வரவேற்கப்பட்டு நீர், இருக்கை, ஸ்நானம், ஆடை, அலங்காரம் போன்றவை அளிக்கப்பட்டு உபசரிக்கப்படுகிறது. தெய்வத்தை மலர்களால் அர்ச்சிக்கும்போது, அதன் மகிமைகளையும் புகழையும் இயல்பையும் வர்ணிக்கும் பல்வேறு பெயர்களால் போற்றுகிறோம்.

இப்புத்தகத்தில் முழுமுதற் கடவுளான கணபதி பூஜையும், செல்வச் சிறப்படைய லக்ஷ்மி பூஜையும், கல்வி ஞானம் சிறக்க சரஸ்வதி பூஜையும், எல்லா வளமும் பெற சிவபூஜையும், ஒளிமயமான எதிர்காலத்துக்காக விஷ்ணு பூஜையும், தித்திக்கும் தமிழ்க் கடவுளான முருகப் பெருமான் பூஜையும் அளிக்கப்பட்டுள்ளன. இந்த தேவதைகளை அவர்களது இஷ்டப்படியும் தேவைப்படியும் வழிபட்டு அந்தந்த தேவதைகளின் அனுக்ரஹத்தைப் பெற்று வாழ்வில் எல்லா வளங்களும் சிறக்க வேண்டுமென்று எம்பெருமானைப் பிரார்த்திக்கிறேன்.

- நித்ய முக்தானந்தா

<u>பூஜை செய்வதற்குத் தேவையான பொருட்கள்</u>

★ பூஜிக்கப்பட வேண்டிய தெய்வத்தின் படம் அல்லது விக்கிரகம்.

★ விளக்கு, திரி, எண்ணெய். பூஜையை ஆரம்பிக்கும் போது விளக்கு ஏற்றப்பட்டு, பூஜை முடியும் வரையில் அது சுடரொளி தரட்டும்.

★ அக்ஷதை - மஞ்சள் பொடியுடன் கலந்த அரிசி.

★ பஞ்சபாத்திரம் - நீர் வைப்பதற்கான பாத்திரம்.

★ உத்தரிணி: சிறு கரண்டி, நீரை விடுவதற்கு மற்றொரு கிண்ணம்.

★ சந்தனம், குங்குமம்.

★ நறுமண பத்திகள் அல்லது சாம்பிராணி.

★ வஸ்திரம் - ஆடை (இதற்குப் பதிலாக அக்ஷதை போட்டாலும் போதும்.)

★ நைவேத்யம் - புதிதாகத் தயாரிக்கப்பட்ட, சுவைக்கப்படாத உணவு அல்லது பழங்கள்.

★ புஷ்பம் - புதிய மலர்கள் (அவற்றை வைப்பதற்கு ஒரு தட்டு).

★ பூஜை மணி, கற்பூரம்.

விநாயகர் பூஜை

விளக்கேற்றுதல்

தீபஜ்யோதி ப் பரப்ரம்ஹ
தீபஜ்யோதிர் ஜனார்தனஹ
தீபோமேஹரது பாபம்
தீபஜ்யோதிர் நமோஸ்துதே

(என்று சொல்லி விளக்கேற்றவும்.)

ஆசமனம்

ஓம் அச்யுதாய நமஹ
ஓம் அனந்தாய நமஹ
ஓம் கோவிந்தாய நமஹ

(என்று வலது உள்ளங்கையில் சிறிது நீர் விட்டு மூன்று முறை பருக வேண்டும்.)

கண்ட்ட பூஜை

ஆகமார்த்தம் து தேவானாம்
கமனார்த்தம் து ரக்ஷஸாம்
குர்வே கண்டாரவம் தத்ரா
தேவ தாஹ்வான லாஞ்சனம்

(என்று சொல்லிக்கொண்டே மணியை ஒலிக்கவும்.)

கலச பூஜை

கங்கே சே யமுனே ச்சைவ

கோதாவரி சரஸ்வதி

நர்மதே சிந்து காவேரி

ஜலேஸ்மின் சந்நிதிம் குரு

(என்று சொல்லி நீர் உள்ள பஞ்ச பாத்திரத்தின் மீது வலது கையை வைத்து இந்த மந்திரத்தைச் சொல்லி அந்த நீரை எடுத்து தன் மீதும் பூஜை அறையில் உள்ள பூஜா திரவியங்கள் மற்றும் பாத்திரங்கள் மீதும் தெளிக்கவும்.)

குரு த்யானம்

குருர் ப்ரஹ்மா குருர் விஷ்ணு:

குருர் தேவோ மஹேஸ்வரஹ

குரு ஸாக்ஷாத் பரப்ரஹ்ம

தஸ்மை ஸ்ரீ குரவே நமஹ

(என்று சொல்லி குருவை வணங்கவும்.)

கணபதி தியானம்

அகஜானன பத்மார்க்கம்

கஜானன மஹர்நிஷம்

அனேகதந்தம் பக்தானாம்

ஏகதந்தம் உபாஸ்மஹே

(என்று கணபதியை தியானிக்கவும்.)

ப்ராணாயாமம்

(கட்டை விரலால் வலது நாசியை மூடி இடது நாசியின் வழியாக மூச்சுக் காற்றை உள்ளே இழுக்கும்போது இந்த மந்திரத்தைச் சொல்லவும்.)

ஓம் பூ: ஓம் புவ: ஓம் சுவ: ஓம் மஹ:

ஓம் ஜன: ஓம் தப: ஓகும் சத்யம்.

(பிறகு இரண்டு நாசிகளையும் மூடி)

ஓம் பூர்புவஸ்ஸுவ : தத்சவிதுர்வரேண்யம்

பர்கோ தேவஸ்ய தீமஹி. தியோ : யோ

ந: ப்ரசோதயாத்.

(என்று சொல்லி பிறகு மூச்சுக் காற்றை வலது நாசி வழியாக வெளியே விடும்போது)

ஓம் ஆபோ ஜ்யோதிரஸோம்ருதம் ப்ரஹ்ம பூர் புவஸ்ஸுவரோம்.

(என்று வெளியே விடவும். அதேபோல் மோதிர விரலால் இடது நாசியை மூடி மேலுள்ள மந்திரத்தை சொல்லி இடது நாசி வழியாக மற்றொரு முறை ப்ராணாயாமம் செய்யவும்.)

சங்கல்பம்

(வலது தொடை மேல் இடது கை விரித்து அதில் பூ, அட்சதையை வைத்து, வலது கையால் மூடி இந்த மந்திரத்தைச் சொல்லவும்.)

மமோபாத்த சமஸ்த துரிதக்ஷயத்வாரா

ஸ்ரீபரமேஸ்வர ப்ரீத்யர்த்தம்

விக்னேஸ்வர ப்ரசாத சித்யர்த்தம்

அஸ்மின் காலே அகம் விக்னேஸ்வர பூஜாம் கரிஷ்யே

(என்று சொல்லி கையில் இருக்கும் பூ, அட்சதையை வடக்கு நோக்கி தரையில் விடவும்.)

ஷோடச உபசாரங்கள்

(இது 16 வகைப்படும். இறைவனை மகிழ்வூட்டி நாம் மகிழ்கிறோம்.)

1. தியானம்

அகஜானன பத்மார்க்கம் கஜானனமஹர்நிஷம்
அனேக தந்தம் பக்தானாம் ஏகதந்தம் உபாஸ்மஹே
ஸ்ரீ விக்னேஸ்வரம் த்யாயாமி

*(என்று சொல்லி விக்னேஸ்வரனை த்யானிக்கவும். பூ
சமர்ப்பிக்கவும்.)*

ஆவாஹனம்

அஸ்மின் சித்ரபடே ஸ்ரீ விக்னேஸ்வரம் ஆவாஹயாமி.

(மலர்களைச் சமர்ப்பிக்கவும்.)

*(படமாக இருந்தால் 'அஸ்மின் சித்ரபடே' என்றும்
சிறுசிலையாக இருந்தால் 'அஸ்மின் பிம்பே' என்றும் சொல்லி
ஆவாஹனம் செய்யவேண்டும்.)*

2. ஆசனம்

ஓம் ஸ்ரீ ஜகத் தாத்ரே   நம :
ஆசனம் சமர்ப்பயாமி

(என்று சொல்லி மலரிடவும்.)

3. பாத்யம்

ஓம் பார்வதீ நந்தனாய   நம:
பாத்யம் சமர்ப்பயாமி

(என்று சொல்லி சிறுபாத்திரத்தில் ஒரு ஸ்பூன் நீரை விடவும்.)

4. அர்க்யம்

ஓம் ஸ்ரீ அக்ர பூஜ்யாய   நம:
அர்க்யம் சமர்ப்பயாமி

(என்று சொல்லி சிறுபாத்திரத்தில் நீர் விடவும்.)

5. ஆசமனீயம்

    ஓம் அச்யுதாய   நம:

    ஓம் அனந்தாய   நம:

    ஓம் கோவிந்தாய   நம:

(இந்த மந்திரங்களை சொல்லி 'ஆசமனீயம் சமர்ப்பயாமி' என்று மூன்று முறை நீரை விடவும்.)

6. மதுபர்க்கம்

    ஓம் மோதகப்ரியாய   நம :

    மதுபர்க்கம் சமர்ப்பயாமி

(சிறிது கல்கண்டு அல்லது பேரீச்சம்பழத்தை முன்வைக்கவும்.)

7. ஸ்நானம்

    ஓம் ஸ்ரீ புஷ்கரிணே   நம:

    ஸ்நானம் சமர்ப்பயாமி

(நீர் விடவும்.)

    ஸ்நானானந்தரம் ஆசமனீயம் சமர்ப்பயாமி

    அச்யுதாய   நம:

    அனந்தாய   நம:

    கோவிந்தாய   நம:

(மூன்று முறை நீர் விடவும்.)

8. வஸ்திரம்

    ஓம்ஸ்ரீ சுக்லாம்பரதராய   நம:

    வஸ்திரம் சமர்ப்பயாமி

    வஸ்திரார்த்தம் புஷ்பம் சமர்ப்பயாமி

(பாதங்களில் மலர்களைச் சமர்ப்பிக்கவும்.)

9. ஆபரணம்

ஓம் ஸ்ரீ நாகாபரணாய   நம:
ஆபரணம் சமர்ப்பயாமி
ஆபரணார்த்தம் புஷ்பம் சமர்ப்பயாமி

(பாதங்களில் மலர்களைச் சமர்ப்பிக்கவும்.)

10. கந்தம்

ஓம் ஸ்ரீ கஜானனாய   நம:
கந்தம் சமர்ப்பயாமி

(புஷ்பத்தைச் சந்தனத்தில் நனைத்து படத்தின் மீது சமர்ப்பிக்கவும்.)

கந்தஸ்ய உபரி ஹரித்ரா குங்குமம் சமர்ப்பயாமி

(அதேபோல் குங்குமம்.)

11. புஷ்பம்

கணபதி அஷ்டோத்தர சதநாமாவளி :

ஓம்	கஜானனாய	நம:
ஓம்	கணாத்யக்ஷாய	நம:
ஓம்	விக்னராஜாய	நம:
ஓம்	விநாயகாய	நம:
ஓம்	த்வைமாதுராய	நம:
ஓம்	ஸுமுகாய	நம:
ஓம்	ப்ரமுகாய	நம:
ஓம்	ஸன்முகாய	நம:
ஓம்	க்ருதினே	நம:
ஓம்	ஜ்ஞானதீபாய	நம:
ஓம்	ஸுகநிதயே	நம:
ஓம்	ஸுராத்யக்ஷாய	நம:

ஓம்	ஸுராரிபிதே	நம:
ஓம்	மஹா கணபதயே	நம:
ஓம்	மான்யாய	நம:
ஓம்	மஹன்மான்யாய	நம:
ஓம்	ம்ருடாத்மஜாய	நம:
ஓம்	புராணாய	நம:
ஓம்	புருஷாய	நம:
ஓம்	பூஷ்ணே	நம:
ஓம்	புஷ்கரிணே	நம:
ஓம்	புண்யக்ருதே	நம:
ஓம்	அக்ரகாமினே	நம:
ஓம்	மந்த்ரக்ருதே	நம:
ஓம்	சாமீகரப்ரபாய	நம:
ஓம்	ஸர்வஸ்மை	நம:
ஓம்	ஸர்வோபாஸ்யாய	நம:
ஓம்	ஸர்வகர்த்ரே	நம:
ஓம்	ஸர்வநேத்ரே	நம:
ஓம்	ஸர்வஸித்திப்ரதாய	நம:
ஓம்	ஸர்வஸித்தாய	நம:
ஓம்	ஸர்வவந்த்யாய	நம:
ஓம்	மஹாகாலாய	நம:
ஓம்	மஹாபலாய	நம:
ஓம்	ஹேரம்பாய	நம:
ஓம்	லம்ப ஜடராய	நம:
ஓம்	ஹ்ரஸ்வக்ரீவாய	நம:
ஓம்	மஹோதராய	நம:
ஓம்	மதோத்கடாய	நம:
ஓம்	மஹாவீராய	நம:
ஓம்	மந்த்ரிணே	நம:

ஓம்	மங்கலதாய	நம:
ஓம்	ப்ரமதார்ச்யாய	நம:
ஓம்	ப்ராஜ்ஞாய	நம:
ஓம்	ப்ரமோதாய	நம:
ஓம்	மோதகப்ரியாய	நம:
ஓம்	த்ருதிமதே	நம:
ஓம்	மதிமதே	நம:
ஓம்	காமினே	நம:
ஓம்	கபித்தப்ரியாய	நம:
ஓம்	ப்ரஹ்மசாரிணே	நம:
ஓம்	ப்ரஹ்மரூபிணே	நம:
ஓம்	ப்ரஹ்மவிதே	நம:
ஓம்	ப்ரஹ்மவந்திதாய	நம:
ஓம்	ஜிஷ்ணவே	நம:
ஓம்	விஷ்ணுப்ரியாய	நம:
ஓம்	பக்தஜீவிதாய	நம:
ஓம்	ஜிதமன்மதாய	நம:
ஓம்	ஐஸ்வர்யதாய	நம:
ஓம்	குஹஜ்யாயஸே	நம:
ஓம்	ஸித்தஸேவிதாய	நம:
ஓம்	விக்னஹர்த்ரே	நம:
ஓம்	விக்னகர்த்ரே	நம:
ஓம்	விஸ்வநேத்ரே	நம:
ஓம்	விராஜே	நம:
ஓம்	ஸ்வராஜே	நம:
ஓம்	ஸ்ரீபதயே	நம:
ஓம்	வாக்பதயே	நம:
ஓம்	ஸ்ரீமதே	நம:
ஓம்	ச்ருங்காரிணே	நம:
ஓம்	ச்ரிதவத்ஸலாய	நம:

ஓம்	சிவப்ரியாய	நம:
ஓம்	சீச்ரகாரிணே	நம:
ஓம்	சாஸ்வதாய	நம:
ஓம்	சிவநந்தனாய	நம:
ஓம்	பலோத்தமாய	நம:
ஓம்	பக்தநிதயே	நம:
ஓம்	பாவகம்யாய	நம:
ஓம்	பவாத்மஜாய	நம:
ஓம்	மஹதே	நம:
ஓம்	மங்களதாயினே	நம:
ஓம்	மஹேசாய	நம:
ஓம்	மஹிதாய	நம:
ஓம்	ஸத்யதர்மிணே	நம:
ஓம்	ஸ்தாதாராய	நம:
ஓம்	ஸத்யாய	நம:
ஓம்	ஸத்யபராக்ரமாய	நம:
ஓம்	சுபாங்காய	நம:
ஓம்	சுப்ரதந்தாய	நம:
ஓம்	சுபதாய	நம:
ஓம்	சுபவிக்ரஹாய	நம:
ஓம்	பஞ்சபாதக நாசினே	நம:
ஓம்	பார்வதீப்ரிய நந்தனாய	நம:
ஓம்	விஸ்வேசாய	நம:
ஓம்	விபுதாராத்யபதாய	நம:
ஓம்	வீரவாக்ரகாய	நம:
ஓம்	குமாரகுருவந்த்யாய	நம:
ஓம்	குஞ்ஜராஸூர பஞ்ஜனாய	நம:
ஓம்	வல்லப।। - வல்லபாய	நம:
ஓம்	வராபய கராம்புஜாய	நம:
ஓம்	ஸூதாகலச ஹஸ்தாய	நம:

ஓம் ஸுதாகர கலாதாராய நம:

ஓம் பஞ்சஹஸ்தாய நம:

ஓம் ப்ரதானேசாய நம:

ஓம் புராதனாய நம:

ஓம் வரஸித்தி விநாயகாய நம:

நாநாவித பரிமள பத்ர புஷ்பாணி சமர்ப்பயாமி

(என்று பாதங்களில் மலர்களைச் சமர்ப்பிக்கவும்.)

12. தூபம்

ஓம் ஸ்ரீதூம்ரவர்ணாய நம:

தூபம் ஆக்ராபயாமி

(மணி ஒலித்துக்கொண்டே ஊதுபத்தி அல்லது சாம்பிராணி காண்பிக்கவும்.)

13. தீபம்

ஓம் ஸ்ரீ ஞான தீபாய நம :

தீபம் சந்தர்சயாமி

(மணி ஒலித்துக் கொண்டே ஒற்றை தீபத்தை தேவதையின் முன்பு காண்பிக்கவும்.)

14. நைவேத்தியம்

(இடதுகையால் மணி அடித்துக்கொண்டே வலது கையால் கீழ்க்கண்ட மந்திரத்தை சொல்லி நிவேதனம் செய்யவும்.)

ஓம் ப்ராணாய ஸ்வாஹா

ஓம் அபானாய ஸ்வாஹா

ஓம் வ்யானாய ஸ்வாஹா

ஓம் உதானாய ஸ்வாஹா

ஓம் சமானாய ஸ்வாஹா

ஓம் ப்ரஹ்மணே ஸ்வாஹா

நைவேத்தியம் ஸ்ரீவேதயாமி.

நைவேத்யானந்தரம் ஆசமனீயம் சமர்ப்பயாமி

ஓம் அச்யுதாய நம:

ஓம் அனந்தாய நம:

ஓம் கோவிந்தாய நம:

(என்று கூறி மூன்று முறை நீர் விடவும்.)

தாம்பூலம்

ஓம் ஸ்ரீ சுமுகாய நம:

தாம்பூலம் சமர்ப்பயாமி

(பாக்கு, வெற்றிலையைத் தாம்பூலமாக சமர்ப்பிக்கவும்.)

15. கற்பூர நீராஞ்சனம்

ந தத்ர சூர்யோ பாதி ந சந்த்ர தாரகம்

நேமா வித்யுதோ பாந்தி குதோய மக்னி

தமேவ பாந்தம் அனுபாதி சர்வம்

தஸ்ய பாஸா சர்வமிதம் விபாதி.

கற்பூர நீராஞ்சனம் சந்தர்சயாமி

(இடது கையால் மணியை ஒலிக்கச் செய்து கொண்டே கற்பூரத்தை ஏற்றிக் காட்டவும், அந்தக் கற்பூர ஜோதியைப் பிறகு கண்களில் ஒற்றிக்கொள்ளவும்.)

ஆசமனீயம்

ஓம் அச்யுதாய நம:

ஓம் அனந்தாய நம:

ஓம் கோவிந்தாய நம:

ஆசமனீயம் சமர்ப்பயாமி

(மூன்று முறை நீர் விடவும்.)

16. புஷ்பாஞ்சலி

(கைகளில் மலர்களை வைத்துக் கொண்டு சொல்லவும்.)

நமோ நமோ கணேசாய
நமஸ்தே விஸ்வரூபிணே
நிர்விக்னம் குருமே காமம்
நமாமி த்வாம் கஜானன.
மந்த்ர புஷ்பம் சமர்ப்பயாமி

(தேவதையின் பாதத்தில் மலர்களைச் சமர்ப்பிக்கவும்.)

நமஸ்காரம்

ப்ரக்ருஷ்ட பாபநாசாய ப்ரக்ருஷ்ட பல சிந்தயேத்
ப்ரதக்ஷிணம் கரோமித்வாம் ப்ரஸீத பரமேஸ்வர

(என்று சொல்லிக்கொண்டே தன்னைத் தானே மூன்று முறை வலது பக்கமாக சுற்றிக் கொள்ளவும்.)

ப்ரதக்ஷிண நமஸ்காரம் சமர்ப்பயாமி

(ஆண்கள் சாஷ்டாங்கமாக, பெண்கள் பஞ்சாங்கமாக நமஸ்காரம் செய்யவும்.)

பிரார்த்தனை

வாக்குண்டாம் நல்ல மனமுண்டாம் மாமலராள்
நோக்குண்டாம் மேனி நுடங்காது - பூக்கொண்டு
துப்பார் திருமேனி தும்பிக்கையான் பாதம்
தப்பாமல் சார்வார் தமக்கு

திருவாக்கும் செய்கருமம் கைகூட்டும் செஞ்சொல்
பெருவாக்கும் பீடும் பெருக்கும் - உருவாக்கும்
ஆதலால் வானோரும் ஆனைமுகத்தானைக்
காதலால் கூப்புவார்தம் கை

திகட சக்கரச் செம்முகம் ஐந்துளான்
சகட சக்கரத் தாமரை நாயகன்
அகட சக்கர விண்மணி யாவுறை
விகட சக்கரன் மெய்ப்பதம் போற்றுவோம்.

யதாஸ்தானம்

(எங்கிருந்து விக்னேஸ்வரர் எழுந்தருளினாரோ மீண்டும் அதே இடத்தில் எழுந்தருளச் செய்தல். கையில் புஷ்பத்தை வைத்துக்கொண்டு கீழுள்ள வரிகளைச் சொல்லி, பிறகு புஷ்பத்தைப் பாதத்தில் இட்டு படத்தை அல்லது பிம்பத்தை சிறிது வடக்குப்புறமாக நகர்த்தவும்.)

அஸ்மாத் பிம்பாத் (அல்லது சித்ரபடாத்) ஆவாஹிதம்
ஸ்ரீ விக்னேஸ்வரம் யதாஸ்தானம் ப்ரதிஷ்டாபயாமி

சோபனார்த்தே க்ஷேமாய புனராகமனாய ச

—— சுபம் ——

சுப்பிரமணியர் பூஜை

விளக்கேற்றுதல்

தீபஜ்ஜோதிப் பரப்ப்ரஹ்ம

தீபஜ்ஜோதிர் ஜனார்தனஹ

தீபோமே ஹரது பாபம்

தீபஜ்ஜோதிர் நமோஸ்துதே

(என்று சொல்லி விளக்கேற்றவும்.)

ஆசமனம்

ஓம் அச்யுதாய   நமஹ

ஓம் அனந்தாய   நமஹ

ஓம் கோவிந்தாய நமஹ

(என்று வலது உள்ளங்கையில் சிறிது நீரை விட்டு மூன்று முறை பருக வேண்டும்.)

கண்ட்ட பூஜை

ஆகமார்த்தம் து தேவானாம்

கமனார்த்தம் து ரக்ஷஸாம்

கண்டாரவம் கரோம்யாதௌ

தேவதாஹ்வான காரணம்

(என்று சொல்லிக்கொண்டே மணியை ஒலிக்கவும்.)

கலச பூஜை

கங்கே சே யமுனே சைவ
கோதாவரி சரஸ்வதி
நர்மதே சிந்து காவேரி
ஜலேஸ்மின் சந்நிதிம் குரு

(என்று சொல்லி நீர் உள்ள பஞ்ச பாத்திரத்தின் மீது வலது கையை வைத்து இந்த மந்திரத்தைச் சொல்லி அந்த நீர் எடுத்து தன் மீதும் பூஜை அறையில் உள்ள பாத்திரங்கள் மீதும் தெளிக்கவும்.)

குரு த்யானம்

ப்ரம்மானந்தம் பரம சுகதம் கேவலம் ஞானமூர்த்திம்
த்வந்வா தீதம் ககன சதுர்தம் தத்வ மஸ்யாதி லக்ஷ்யம்
ஏகம் நித்யம் விமல மசலம் சர்வதீ சாக்ஷி பூதம்
பாவ கீதம் த்ரிகுண ரஹிதம் சத்ருரும் தன் நமாமி

(என்று சொல்லி குருவை வணங்கவும்.)

கணபதி தியானம்

சுரசுர கணபதி சுந்தர கேசம்
ரிஷிரிஷி கணபதி யக்ஞ சமானம்
பவபவ கணபதி பத்ம சரீரம்
ஜெயஜெய கணபதி திவ்ய நமஸ்தே

(என்று கணபதியை தியானிக்கவும்.)

ப்ராணாயாமம்

(கட்டை விரலால் வலது நாசியை மூடி இடது நாசியின் வழியாக மூச்சை உள்ளே இழுக்கும்போது இந்த மந்திரத்தைச் சொல்லவும்.)

ஓம் பூ : ஓம் புவ : ஓம் சுவ : ஓம் மஹ :
ஓம் ஜன : ஓம் தப : ஓகும் சத்யம்.

(பிறகு இரண்டு நாசிகளையும் மூடி)

ஓம் பூர்புவஸ்ஸுவ : தத்சவிதுர்வரேண்யம்
பர்கோ தேவஸ்ய தீமஹி. தியோ : யோ
ந: ப்ரசோதயாத்.

(என்று சொல்லி பிறகு மூச்சை வலது நாசி வழியாக வெளியே விடும் போது)

ஓம் ஆபோ ஜ்யோதிரஸோம்ருதம் ப்ரஹ்ம பூர் புவஸ்ஸுவரோம்.

(என்று வெளியே விடவும். அதேபோல் மோதிர விரலால் இடது நாசியை மூடி மேலுள்ள மந்திரத்தை சொல்லி இடது நாசி வழியாக மற்றொரு முறை ப்ராணாயாமம் செய்யவும்.)

சங்கல்பம்

(வலது தொடை மேல் இடது கை விரித்து அதில் பூ, அட்சதை வைத்து, வலது கையால் மூடி இந்த மந்திரத்தைச் சொல்லவும்.)

மமோபாத்த சமஸ்த துரிதக்ஷயத்வாரா
ஸ்ரீபரமேஸ்வர ப்ரீத்யர்த்தம்
ஸ்ரீ வள்ளி தேவசேனா சஹித சுப்ரமண்ய சுவாமி ப்ரஸாத சித்யர்த்தம்
சதுர்வித பல புருஷார்த்த சித்யர்த்தம்.
அஸ்மின் காலே அகம் ஸ்ரீ சுப்ரமண்ய சுவாமி பூஜாம் கரிஷ்யே

(என்று சொல்லி கையில் இருக்கும் பூ, அட்சதை ஆகியவற்றை வடக்கு திசையில் சமர்ப்பிக்கவும்.)

ஷோடச உபசாரங்கள்

1. ஆவாஹனம்

மயூராதிரூடம் மஹாவாக்ய கூடம்
மனோஹாரி தேஹம் மகச்சித்த கேஹம்

மஹீதேவ தேவம் மஹாவேத பாவம்
மஹாதேவ பாலம் பஜேலோக பாலம்

(என்று சொல்லி முருகனை த்யானிக்கவும். பூ சமர்ப்பிக்கவும்.)

அஸ்மின் சித்ரபடே ஸ்ரீ சுப்ரமண்ய தேவம் ஆவாஹயாமி

(மலர்களைச் சமர்ப்பிக்கவும்.)

(படமாக இருந்தால் **'அஸ்மின் சித்ரபடே'** *என்றும் சிறுசிலையாக இருந்தால்* **'அஸ்மின் பிம்பே'** *என்றும் சொல்லி ஆவாஹனம் செய்யவேண்டும்.)*

2. ஆசனம்

ஸ்ரீ வள்ளி தேவசேனா சமேத ஸ்ரீ சுப்ரமண்ய சுவாமினே நமஹ
ஆசனம் சமர்ப்பயாமி

(என்று சொல்லி மலரிடவும்.)

3. பாத்யம்

ஓம் ஸ்ரீ பதித பாவனாய நமஹ

(நீரை மற்றொரு சிறு பாத்திரத்தில் விடல் வேண்டும்.)

பாத்யம் சமர்ப்பயாமி

(என்று சொல்லி சிறுபாத்திரத்தில் ஒரு ஸ்பூன் நீரை விடவும்.)

4. அர்க்யம்

ஓம் ஸ்ரீ த்விஷட் புஜாயை நமஹ
அர்க்யம் சமர்ப்பயாமி

(என்று சொல்லி சிறுபாத்திரத்தில் நீர் விடவும்.)

5. ஆசமனீயம்

ஓம் அச்யுதாய நம:
ஓம் அனந்தாய நம:
ஓம் கோவிந்தாய நம:

(இந்த மந்திரங்களைச் சொல்லி)

ஆசமனீயம் சமர்ப்பயாமி :

(மூன்று முறை நீரை விடவும்.)

6. மதுபர்க்கம்

ஓம் ஸ்ரீ அக்ஷய பலப்ரதாய நமஹ
மதுபர்க்கம் சமர்ப்பயாமி

(சிறிது கல்கண்டு அல்லது பேரீச்சம் பழத்தை முன் வைக்கவும்.)

7. ஸ்நானம்

ஓம் ஸ்ரீ பத்மோத் தூளித விக்ரஹாய நமஹ
ஸ்நானம் சமர்ப்பயாமி

(நீர் விடவும்.)

ஸ்நானானந்தரம் ஆசமனீயம் சமர்ப்பயாமி
அச்யுதாய   நம:
அனந்தாய   நம:
கோவிந்தாய   நம:

(மூன்று முறை நீர் விடவும்.)

8. வஸ்திரம்

ஓம் ஸ்ரீ ரக்தஸ்யாம கலாயை நமஹ:
வஸ்த்ரம் ஸமர்ப்பயாமி
வஸ்த்ரார்த்தம் புஷ்பம் சமர்ப்பயாமி

(பாதங்களில் மலர்களைச் சமர்ப்பிக்கவும்.)

9. ஆபரணம்

ஓம் ஸ்ரீ க்ரௌஞ்ச தாரணாயை நமஹ
ஆபரணம் சமர்ப்பயாமி
ஆபரணார்த்தம் புஷ்பம் சமர்ப்பயாமி

(பாதங்களில் மலர்களைச் சமர்ப்பிக்கவும்.)

10. கந்தம்

ஓம் ஶ்ரீ களாதராய நமஹ

கந்தம் சமர்ப்பயாமி

(சந்தனத்தை தேவதையின் நெற்றியில் அணிவிக்கவும்.)

கந்தஸ்ய உபரி ஹரித்ரா குங்குமம் சமர்ப்பயாமி

(அதன் மேல் குங்குமம் வைக்கவும்.)

11. புஷ்பம்

ஶ்ரீ ஸுப்ரம்ஹண்ய அஷ்டோத்ரம்

ஓம்	ஸ்கந்தாய	நம:
ஓம்	குஹாய	நம:
ஓம்	ஷண்முகாய	நம:
ஓம்	பாலநேத்ரஸுதாய	நம:
ஓம்	ப்ரபவே	நம:
ஓம்	பிங்களாய	நம:
ஓம்	க்ருத்திகா ஸுனவே	நம:
ஓம்	சிகிவாஹனாய	நம:
ஓம்	த்விஷ்ட புஜாய	நம:
ஓம்	த்விஷண்ணேத்ராய	நம:
ஓம்	சக்தி தராய	நம:
ஓம்	பிசிதாஸ ப்ரபஞ்ஜனாய	நம:
ஓம்	தாரகாஸுர ஸம்ஹாரிணே	நம:
ஓம்	ரக்ஷோபல விமர்த்தனாய	நம:
ஓம்	மத்தாய	நம:
ஓம்	ப்ரமத்தாய	நம:
ஓம்	உன்மத்தாய	நம:
ஓம்	ஸுரஸைன்ய ஸுரக்ஷகாய	நம:
ஓம்	தேவஸேனாபதயே	நம:

ஓம்	ப்ராக்ஞாய	நம:
ஓம்	க்ருபாளவே	நம:
ஓம்	பக்த வத்ஸலாய	நம:
ஓம்	உமா ஸுதாய	நம:
ஓம்	சக்திதராய	நம:
ஓம்	குமாராய	நம:
ஓம்	க்ரௌஞ்சதாரனாய	நம:
ஓம்	ஸேனான்யே	நம:
ஓம்	அக்னிஜன்மனே	நம:
ஓம்	விசாகாய	நம:
ஓம்	சங்கராத்மஜாய	நம:
ஓம்	சிவஸ்வாமினே	நம:
ஓம்	கணஸ்வாமினே	நம:
ஓம்	ஸர்வஸ்வாமினே	நம:
ஓம்	ஸநாதனாய	நம:
ஓம்	அனந்த சக்தயே	நம:
ஓம்	அசேஷாப்யாய	நம:
ஓம்	பார்வதீ ப்ரியநந்தனாய	நம:
ஓம்	கங்கா ஸுதாய	நம:
ஓம்	சரோத் பூதாய	நம:
ஓம்	ஆஹுதாய	நம:
ஓம்	பாவகாத்மஜாய	நம:
ஓம்	ஜ்ரும்பாய	நம:
ஓம்	ப்ருஜ்ரும்பாய	நம:
ஓம்	உஜ்ரும்பாய	நம:
ஓம்	கமலாஸன ஸம்ஸ்துதாய	நம:
ஓம்	ஏகவர்ணாய	நம:
ஓம்	த்வி வர்ணாய	நம:
ஓம்	திரி வர்ணாய	நம:
ஓம்	ஸுமனோஹராய	நம:

ஓம்	சதுர்வர்ணாய	நம:
ஓம்	பஞ்சவர்ணாய	நம:
ஓம்	ப்ரஜாபதயே	நம:
ஓம்	அஹஸ்பதயே	நம:
ஓம்	அக்னிகர்பாய	நம:
ஓம்	சமீகர்பாய	நம:
ஓம்	விச்வ ரேதஸே	நம:
ஓம்	ஸுராரிக்னே	நம:
ஓம்	ஹரித்வர்ணாய	நம:
ஓம்	சுபகராய	நம:
ஓம்	வாஸவாய	நம:
ஓம்	வடுவேஷப்ருதே	நம:
ஓம்	பூஷ்ணே	நம:
ஓம்	கபஸ்தினே	நம:
ஓம்	கஹனாய	நம:
ஓம்	சந்த்ரவர்ணாய	நம:
ஓம்	கலாதராய	நம:
ஓம்	மாயாதராய	நம:
ஓம்	மஹாமாயினே	நம:
ஓம்	கைவல்யாய	நம:
ஓம்	சங்கரீஸுதாய	நம:
ஓம்	விச்வயோனயே	நம:
ஓம்	அமேயாத்மனே	நம:
ஓம்	தேஜோ நிதயே	நம:
ஓம்	ஆனாமயாய	நம:
ஓம்	பரமேஷ்டினே	நம:
ஓம்	பரப்ரஹ்மணே	நம:
ஓம்	வேதகர்ப்பாய	நம:
ஓம்	விராட்ஸுதாய	நம:

ஓம் புளிந்த கன்யா பர்த்ரே நம:
ஓம் மஹாஸாரஸ்வதா வருதாய நம:
ஓம் ஆச்ரிதாகில தாத்ரே நம:
ஓம் சோரக்னாய நம:
ஓம் ரோக நாசனாய நம:
ஓம் அனந்த மூர்த்தயே நம:
ஓம் ஆனந்தாய நம:
ஓம் சிகண்டிக்ருத கேதனாய நம:
ஓம் டம்பாய நம:
ஓம் பரமடம்பாய நம:
ஓம் மஹாடம்பாய நம:
ஓம் வ்ருஷாகபயே நம:
ஓம் காரணோபாத்த தேஹாய நம:
ஓம் காரணாதீத விக்ரஹாய நம:
ஓம் அனீச்வராய நம:
ஓம் அம்ருதாய நம:
ஓம் ப்ராணாய நம:
ஓம் ப்ராணாயாம பராயணாய நம:
ஓம் வ்ருத்த ஹந்தரே நம:
ஓம் வீரக்னாய நம:
ஓம் ரக்த ச்யாம கலாய நம:
ஓம் மஹதே நம:
ஓம் ஸுப்ரஹ்மண்யாய நம:
ஓம் குஹப்ரீதாய நம:
ஓம் ப்ராஹ்மண்யாய நம:
ஓம் ப்ராஹ்மண ப்ரியாய நம:
ஓம் வம்ச விருத்திகராய நம:
ஓம் வேத வேத்யாய நம:
ஓம் அக்ஷய பலப்ரதாய நம:

ஓம்   மயூர வாஹனாய   நம:
நாநாவித பரிமள பத்ர புஷ்பாணி சமர்ப்பயாமி

(என்று பாதங்களில் மலர்களைச் சமர்ப்பிக்கவும்.)

12. தூபம்

ஓம் ஸ்ரீ பார்வதி ப்ரிய நந்தனாய நமஹ :
தூபம் ஆக்ராபயாமி

(மணி   ஒலித்துக்கொண்டே   ஊதுபத்தி   அல்லது சாம்பிராணியைக் காண்பிக்கவும்.)

13. தீபம்

ஓம் ஸ்ரீ கார்த்திகா தீபப் பரதானாய நமஹ
தீபம் சம்தர்சயாமி

(மணி ஒலித்துக் கொண்டே ஏகதீபத்தை தேவதையின் முன்பு காண்பிக்கவும்.)

14. நைவேத்தியம்

இடதுகையால் மணி அடித்துக்கொண்டே வலது கையால் கீழ்க்கண்ட மந்திரத்தைச் சொல்லி நிவேதனம் செய்யவும்.

ஓம் ப்ராணாய ஸ்வாஹா
ஓம் அபானாய ஸ்வாஹா
ஓம் வ்யானாய ஸ்வாஹா
ஓம் உதானாய ஸ்வாஹா
ஓம் ஸமானாய ஸ்வாஹா
ஓம் ப்ரஹ்மணே ஸ்வாஹா
நைவேத்தியம் ஸ்ரீவேதயாமி
நைவேத்யானந்தரம் ஆசமனீயம் சமர்ப்பயாமி
ஓம் அச்யுதாய   நம:
ஓம் அனந்தாய   நம:
ஓம் கோவிந்தாய நம:

(என்று கூறி மூன்று முறை நீர் விடவும்.)

தாம்பூலம்

பூகி பல ஸமாயுக்தம்
நாகவல்லி தளைர்யுதம்
கற்ப்பூர சூர்ண ஸம்யுக்தம்
தாம்பூலம் ப்ரதிக்ருஹ்யதாம்.
தாம்பூலம் சமர்ப்பயாமி

(பாக்கு வெற்றிலையைத் தாம்பூலமாகச் சமர்ப்பிக்கவும்.)

15. கற்பூர நீராஞ்சனம்

தீப மங்கள ஜோதி நமோ நம
தூய அம்பல லீலா நமோநம
கீத கிண்கிணி பாதா நமோ நம - அருள் தாராய்

●

நதத்ர சூர்யோ பாதி நசந்த்ர தாரகம்
நேமா வித்யுதீதா மாந்தி குதோய மஹ்னிஹி
தமேவ மாதம் அநுமாதி ஸர்வம்
தஸ்ய பாஸா சர்வமிதம் பாதி
கற்பூர நீராஞ்சனம் சமர்ப்பயாமி

(இடது கையால் மணியை ஒலிக்கச் செய்து கொண்டே கற்பூரத்தை ஏற்றிக் காட்டவும். அந்த ஜோதியைப் பிறகு கண்களில் ஒற்றிக்கொள்ளவும்.)

ஆசமனீயம்

ஓம் அச்யுதாய நம:
ஓம் அனந்தாய நம:
ஓம் கோவிந்தாய நம:
ஆசமனீயம் சமர்ப்பயாமி

(மூன்று முறை நீர் விடவும்.)

16. புஷ்பாஞ்சலி

(கைகளில் மலர்களை வைத்துக்கொண்டு சொல்லவும்.)

நிறைமதி முகமெனு மொளியாலே
நெறிவிழி கணையெனு நிகராலே
உறவுகொள் மடவர்க ளுறவாமோ
உனதிரு வடியினி யருள்வாயோ
மறைபயி லரிதிரு மருகோனே
மருவல ரசுரர்கள் குலகாலா
குறமகள் தனைமண மருள்வோனே
குருமலை மருவிய பெருமானே.

மந்திர புஷ்பம் சமர்ப்பயாமி

(தேவதையின் பாதத்தில் மலர்களைச் சமர்ப்பிக்கவும்.)

நமஸ்காரம்

அருளாரமுதே சரணம் சரணம்
ஆனந்தத் தேனே சரணம் சரணம்
இன்பச் சுவையே சரணம் சரணம்
ஈசனின் மைந்தா சரணம் சரணம்

(என்று சொல்லிக்கொண்டே தன்னைத் தானே மூன்று முறை வலது பக்கமாக சுற்றிக் கொள்ளவும்.)

ப்ரதக்ஷிண நமஸ்காரம் சமர்ப்பயாமி

(ஆண்கள் சாஷ்டாங்கமாகவோ பெண்கள் பஞ்சாங்கமாகவோ நமஸ்காரத்தைச் செய்யலாம்.)

பிரார்த்தனை

ஒருமையுடன் நினது திருமலரடி நினைக்கின்ற
உத்தமர்தம் உறவு வேண்டும்
உள்ளொன்று வைத்துப் புறமொன்று பேசுவோர்
உறவு கலவாமை வேண்டும்

பெருமைமிகு நினது புகழ் பேச வேண்டும்
பொய்மை பேசாதிருக்க வேண்டும்
மருவுபெண் ஆசையை மறக்கவே வேண்டும்
உனை மறவாதிருக்க வேண்டும்
மதிவேண்டும் நின்கருணை நிதிவேண்டும்
நோயற்ற வாழ்வில் நான் வாழவேண்டும்
தருமமிகு சென்னையில் கந்த கோட்டத்துள்
வளர் தலமோங்கு கந்தவேளே
தண்முகத்துய்ய மணி உண்முகச் சைவ மணி
சண்முகத் தெய்வ மணியே

●

உருவாய் அருவாய் உளதாய் இலதாய்
மருவாய் மலராய் மணியாய் ஒளியாய்
கருவாய் உயிராய்க் கதியாய் விதியாய்
குருவாய் வருவாய் அருள்வாய் குகனே.

(முருகனைப் பற்றிய ஸ்தோத்திரங்களைத் தொடர்ந்து சொல்லலாம்.)

யதாஸ்தானம்

(எங்கிருந்து ஸ்ரீசுப்ரமண்ய சுவாமி எழுந்தருளினாரோ மீண்டும் அதே இடத்தில் எழுந்தருளச் செய்தல். கையில் புஷ்பத்தை வைத்துக் கொண்டு கீழுள்ள வரிகளைச் சொல்லி பிறகு புஷ்பத்தை பாதத்தில் இட்டு படத்தை அல்லது பிம்பத்தை சிறிது வடக்குப்புறமாக நகர்த்தவும்.)

அஸ்மாத் பிம்பாத் (சித்ரபடாத்) ஆவாஹிதம் ஸ்ரீசுப்ரமண்ய தேவம் யதாஸ்தானம் ப்ரதிஷ்டாபயாமி சோபனார்த்தே க்ஷேமாய புனராகமனாய ச

――― *சுபம்* ―――

துர்கா பூஜை

விளக்கேற்றுதல்

விளக்கே திரு விளக்கே வேந்தன்
உடன்பிறப்பே
ஜோதிமணி விளக்கே ஸ்ரீதேவிப்
பெண்மணியே
அந்தி விளக்கே அலங்கார நாயகியே
காந்தி விளக்கே காமாட்சித் தாயே

(என்று சொல்லி விளக்கேற்றவும்.)

ஆசமனம்

ஓம் அச்யுதாய நமஹ
ஓம் அனந்தாய நமஹ
ஓம் கோவிந்தாய நமஹ

(என்று வலது உள்ளங்கையில் சிறிது நீர் விட்டு மூன்று முறை பருக வேண்டும்.)

கண்ட்ட பூஜை

ஆகமார்த்தம் து தேவானாம்
கமனார்த்தம் து ரக்ஷஸாம்
கண்டாரவம் கரோம்யாதௌ
தேவ தாஹ்வான காரணம்.

(என்று சொல்லிக்கொண்டே மணியை ஒலிக்கவும்.)

கலச பூஜை

அங்கைஸ்ச ஸஹிதா : ஸர்வே கலஷாம்பு ஸமாஷ்ரிதா
ஆயாந்து தேவ பூஜார்த்தம் துரிதக்ஷய காரகா :

(என்று சொல்லி நீர் உள்ள பஞ்ச பாத்திரத்தின் மீது வலது கையை வைத்து இந்த மந்திரத்தைச் சொல்லி அந்த நீரை எடுத்து தன் மீதும் பூஜை அறையில் உள்ள பாத்திரங்கள் மீதும் தெளிக்கவும்.)

குரு த்யானம்

ஞான சக்தி சமாரூடஹ தத்வமாலா விபூஷிதஹ
முக்தி முக்தி ப்ரதாதாசஷா ச தஸ்மை ஸ்ரீ குரவே நமஹ

(என்று சொல்லி குருவை தியானிக்கவும்.)

கணபதி தியானம்

ப்ரணம்ய ஸிரஸா தேவம் கௌரி புத்ரம் விநாயகம்
பக்தாவாசம் ஸ்மரேன் நித்யம்
ஆயுக் காமார்த்த ஸித்தயே

(என்று கணபதியை தியானிக்கவும்.)

ப்ராணாயாமம்

(கட்டை விரலால் வலது நாசியை மூடி இடது நாசியின் வழியாக மூச்சை உள்ளே இழுக்கும்போது இந்த மந்திரத்தைச் சொல்லவும்.)

ஓம் பூ : ஓம் பூவ: ஓம் சுவ: ஓம் மஹ:
ஓம் ஜன: ஓம் தப: ஓகும் சத்யம்.

(பிறகு இரண்டு நாசிகளையும் மூடி)

ஓம் பூர்புவஸ்ஸுவ : தத்சவிதுர்வரேண்யம்
பர்கோ தேவஸ்ய தீமஹி. தியோ : யோ
ந ப்ரசோதயாத்.

(என்று சொல்லி பிறகு மூச்சை வலது நாசி வழியாக வெளியே விடும்போது)

ஓம் ஆபோ ஜ்யோதிர் ரஸோம்ருதம் ப்ரஹ்ம பூர் புவஸ்ஸுவரோம்.

(என்று வெளியே விடவும். அதேபோல் மோதிர விரலால் இடது நாசியை மூடி மேலுள்ள மந்திரத்தை சொல்லி இடது நாசி வழியாக மற்றொரு முறை ப்ராணாயாமம் செய்யவும்.)

சங்கல்பம்

(வலது தொடை மேல் இடது கை விரித்துக் கொண்டு பூ, அட்சதை ஆகியவற்றை வைத்து, வலது கையால் மூடி இந்த மந்திரத்தைச் சொல்லவும்.)

மமோ பார்த்த ஸமஸ்த துரிதக்ஷயத்வாரா
ஸ்ரீ பரமேஸ்வர ப்ரீத்யர்த்தம்
ஸ்ரீ துர்கா தேவி ப்ரசாத சித்யர்த்தம்
ஸர்வ துக்க நிவாரணார்த்தம்
சர்வைஸ்வர்ய அவாப்யர்த்தம்
அஸ்மின் காலே ஸ்ரீ துர்கா பூஜாம் அகம் கரிஸ்யே.

(என்று சொல்லி கையில் இருக்கும் பூ, அட்சதையை வடக்கு திசையில் சேர்ப்பிக்கவும்.)

ஷோடச உபசாரங்கள்

1. ஆவாஹனம்

ஓம் ஸ்ரீ துர்கா தேவிம் மஹாபாமே
ரக்ஷார்த்தம் மம ஸர்வதா
ஆவாஹயாம்யஹம் தேவி ஸர்வ காமார்த ஸித்தயே
ஸ்ரீ துர்கா தேவிம் த்யாயாமி.

(என்று சொல்லி ஸ்ரீ துர்கா தேவியை தியானிக்கவும். பூ சமர்ப்பிக்கவும்.)

அஸ்மின் சித்ரபடே ஸ்ரீ துர்கா தேவிம் ஆவாஹயாமி.

(மலர் சமர்ப்பிக்கவும்.)

(படமாக இருந்தால் 'அஸ்மின் சித்ரபடே' என்றும் சிறுசிலையாக இருந்தால் 'அஸ்மின் பிம்பே' என்றும் சொல்லி ஆவாஹனம் செய்யவேண்டும்.)

2. ஆசனம்

ஸர்வ மங்களாயை மஹா துர்க்காயை நமஹ
ஆசனம் சமர்ப்பயாமி

(என்று சொல்லி மலரிடவும்.)

3. பாத்யம்

ஸ்ரீ பார்வத்யை நமஹ

(என்று சொல்லி நீரை மற்றொரு சிறு பாத்திரத்தில் விடல் வேண்டும்.)

பாத்யம் சமர்ப்பயாமி

4. அர்க்யம்

ஓம் ஸ்ரீ அம்பிகாயை நமஹ
அர்க்யம் சமர்ப்பயாமி

(என்று சொல்லி சிறுபாத்திரத்தில் நீர் விடவும்.)

5. ஆசமனீயம்

ஓம் அச்யுதாய   நம:
ஓம் அனந்தாய   நம:
ஓம் கோவிந்தாய நம:

(இந்த மந்திரங்களை சொல்லி)
ஆசமனீயம் சமர்ப்பயாமி : *(மூன்று முறை நீரை விடவும்.)*

6. மதுபர்க்கம்

ஓம் ஸ்ரீ அன்னபூர்ணாயை நமஹ
மதுபர்க்கம் சமர்ப்பயாமி

(சிறிது கற்கண்டு அல்லது பேரீச்சம் பழத்தை முன்
வைக்கவும்.)

7. ஸ்நானம்

ஓம் ஸ்ரீ ஹேமவர்த்யை நமஹ
ஸ்நானம் சமர்ப்பயாமி

(நீர் விடவும்.)

ஸ்நானானந்தரம் ஆசமனீயம் சமர்ப்பயாமி

அச்யுதாய   நம:
அனந்தாய   நம:
கோவிந்தாய   நம:

(மூன்று முறை நீர் விடவும்.)

8. வஸ்திரம்

ஓம் ஸ்ரீ ரக்த வஸ்திராயை நமஹ
வஸ்திரம் ஸமர்ப்பயாமி
வஸ்திரார்த்தம் புஷ்பம் சமர்ப்பயாமி

(பாதங்களில் மலர்களைச் சமர்ப்பிக்கவும்.)

9. ஆபரணம்

ஓம் ஸ்ரீ ஸர்வாலங்கார ரூபிண்யை நமஹ
ஆபரணம் சமர்ப்பயாமி
ஆபரணார்த்தம் புஷ்பம் சமர்ப்பயாமி

(பாதங்களில் மலர்களைச் சமர்ப்பிக்கவும்.)

10. கந்தம்

ஓம் ஸ்ரீ த்வ்யே சந்தன திக்தாங்க்யே நமஹ
கந்தம் சமர்ப்பயாமி

(புஷ்பத்தைச் சந்தனத்தில் தோய்த்து தேவதையிடம் சேர்க்கவும்.)

கந்தஸ்ய உபரி ஹரித்ரா குங்குமம் சமர்ப்பயாமி

(அதேபோல் குங்குமம்.)

11. புஷ்பம்

துர்கா அஷ்டோத்தர சதநாமாளி :

ஓம்	ச்ரியை	நம:
ஓம்	உமாயை	நம:
ஓம்	பாரத்யை	நம:
ஓம்	புத்ராயை	நம:
ஓம்	சர்வாண்யை	நம:
ஓம்	விஜயாயை	நம:
ஓம்	ஜியாயை	நம:
ஓம்	வாண்யை	நம:
ஓம்	ஸர்வகதாயை	நம:
ஓம்	கௌர்யை	நம:
ஓம்	வாராஹ்யை	நம:
ஓம்	கமலப்ரியாயை	நம:
ஓம்	ஸரஸ்வத்யை	நம:
ஓம்	கமலாயை	நம:
ஓம்	மாயாயை	நம:
ஓம்	மாதங்க்யை	நம:
ஓம்	ஆபராயை	நம:
ஓம்	அஜாயை	நம:

ஓம்	சாகம்பர்யை	நம:
ஓம்	சிவாயை	நம:
ஓம்	சண்ட்யை	நம:
ஓம்	குண்டல்யை	நம:
ஓம்	வைஷ்ணவ்யை	நம:
ஓம்	க்ரியாயை	நம:
ஓம்	ச்ரியை	நம:
ஓம்	ஐந்த்ர்யை	நம:
ஓம்	மதுமத்யை	நம:
ஓம்	கிரிஜாயை	நம:
ஓம்	ஸுபகாயை	நம:
ஓம்	அம்பிகாயை	நம:
ஓம்	தாராயை	நம:
ஓம்	பத்மாவத்யை	நம:
ஓம்	பத்மநாப ஸஹோதர்யை	நம:
ஓம்	ஹம்ஸாயை	நம:
ஓம்	அபர்ணாயை	நம:
ஓம்	லலிதாயை	நம:
ஓம்	தாத்ர்யை	நம:
ஓம்	குமார்யை	நம:
ஓம்	சிகிவாஹின்யை	நம:
ஓம்	சாம்பவ்யை	நம:
ஓம்	ஸுமுக்யை	நம:
ஓம்	மைத்ர்யை	நம:
ஓம்	த்ரிநேத்ராயை	நம:
ஓம்	விச்வரூபிண்யை	நம:
ஓம்	ஆர்யாயை	நம:
ஓம்	ம்ருடான்யை	நம:
ஓம்	ஹ்ரீங்கார்யை	நம:

ஓம்	க்ரோதின்யை	நம:
ஓம்	ஸுதினாயை	நம:
ஓம்	அசலாயை	நம:
ஓம்	ஸுக்ஷ்மாயை	நம:
ஓம்	பராத்பராயை	நம:
ஓம்	சோபாயை	நம:
ஓம்	ஸர்வவர்ணாயை	நம:
ஓம்	ஹரப்ரியாயை	நம:
ஓம்	மஹாலக்ஷ்ம்யை	நம:
ஓம்	மஹாஸித்த்யை	நம:
ஓம்	ஸ்வதாயை	நம:
ஓம்	ஸ்வாஹாயை	நம:
ஓம்	மனோன்மண்யை	நம:
ஓம்	த்ரிலோகபாலின்யை	நம:
ஓம்	உத்பூதாயை	நம:
ஓம்	த்ரிஸந்த்யாயை	நம:
ஓம்	த்ரிபுராந்தக்யை	நம:
ஓம்	த்ரிசக்த்யை	நம:
ஓம்	த்ரிபதாயை	நம:
ஓம்	துர்க்காயை	நம:
ஓம்	ப்ராஹ்ம்யை	நம:
ஓம்	த்ரைலோக்யவாஸின்யை	நம:
ஓம்	புஷ்கராயை	நம:
ஓம்	அத்ரிஸுதாயை	நம:
ஓம்	கூடாயை	நம:
ஓம்	த்ரிவர்ணாயை	நம:
ஓம்	த்ரிஸ்வராயை	நம:
ஓம்	த்ரிகுணாயை	நம:
ஓம்	நிர்க்குணாயை	நம:

ஓம்	ஸத்யாயை	நம:
ஓம்	நிர்விகல்பாயை	நம:
ஓம்	நிரஞ்ஜன்யை	நம:
ஓம்	ஜ்வாலின்யை	நம:
ஓம்	மாலின்யை	நம:
ஓம்	சர்ச்சாயை	நம:
ஓம்	கரவ்யாதோப நிபர்ஹிண்யை	நம:
ஓம்	காமாக்ஷ்யை	நம:
ஓம்	காமின்யை	நம:
ஓம்	காந்தாயை	நம:
ஓம்	காமதாயை	நம:
ஓம்	கலஹம்ஸின்யை	நம:
ஓம்	ஸலஜ்ஜாயை	நம:
ஓம்	குலஜாயை	நம:
ஓம்	ப்ராஜ்ஞ்யை	நம:
ஓம்	ப்ரபாயை	நம:
ஓம்	மதன ஸுந்தர்யை	நம:
ஓம்	வாகீச்வர்யை	நம:
ஓம்	விசாலாக்ஷ்யை	நம:
ஓம்	ஸுமங்கல்யை	நம:
ஓம்	கால்யை	நம:
ஓம்	மஹேச்வர்யை	நம:
ஓம்	சண்ட்யை	நம:
ஓம்	பைரவ்யை	நம:
ஓம்	புவனேஸ்வர்யை	நம:
ஓம்	நித்யாயை	நம:
ஓம்	ஸானந்த : விபவாயை	நம:
ஓம்	ஸத்யஜ்ஞானாயை	நம:
ஓம்	தமோபஹாயை	நம:

ஓம் மஹேச்வர ப்ரியங்கர்யை நம:

ஓம் மஹோத்ரிபுர ஸுந்தர்யை நம:

ஓம் துர்கா பரமேஸ்வர்யை நம:

நாநாவித பரிமள பத்ர புஷ்பாணி சமர்ப்பயாமி

(என்று பாதங்களில் மலர்களைச் சமர்ப்பிக்கவும்.)

12. தூபம்

ஓம் ஸர்வ ஸம்பத் ப்ரதாயின்யை நமஹ

தூபம் ஆக்ராபயாமி

(மணி ஒலித்துக்கொண்டே ஊதுபத்தி அல்லது சாம்பிராணி காண்பிக்கவும்.)

13. தீபம்

ஓம் ஜகத் ஸாக்ஷின்யே நமஹ

தீபம் சம்தர்சயாமி

(மணி ஒலித்துக்கொண்டே ஏக தீபத்தை தேவதையின் முன்பு காண்பிக்கவும்.)

14. நைவேத்தியம்

(இடதுகையால் மணி அடித்துக்கொண்டே வலது கையால் கீழ்க்கண்ட மந்திரத்தைச் சொல்லி நிவேதனம் செய்யவும்.)

ஓம் ப்ராணாய ஸ்வாஹா

ஓம் அபானாய ஸ்வாஹா

ஓம் வ்யானாய ஸ்வாஹா

ஓம் உதானாய ஸ்வாஹா

ஓம் சமானாய ஸ்வாஹா

ஓம் ப்ரஹ்மணே ஸ்வாஹா

நைவேத்தியம் ஶ்ரீவேதயாமி

நைவேத்யானந்தரம் ஆசமனீயம் சமர்ப்பயாமி

ஓம் அச்யுதாய நம:

ஓம் அனந்தாய நம:

ஓம் கோவிந்தாய நம:

(என்று கூறி மூன்று முறை நீர் விடவும்.)

தாம்பூலம்

பூகிபல ஸமாயுக்தம் நாகவல்லி தளைர்யுதம்

கற்பூர சூர்ண ஸம்யுக்தம் தாம்பூலம் ப்ரதிக்ருஹ்யதாம்

தாம்பூலம் சமர்ப்பயாமி

(பாக்கு வெற்றிலையைத் தாம்பூலமாகச் சமர்ப்பிக்கவும்.)

15. கற்பூர நீராஞ்சனம்

ஸ்ருஷ்டி ஷ்திதி விநாசானாம் சக்திபூதே சனாதனி

குணாஸ்ரயே குணமயே நாராயணி நமோஸ்துதே

சுராணாகதி தீனார்த்த பரித்ராய பராயணே

ஸர்வஸ்யார்த்தி ஹரே தேவி

நாராயணி நமோஸ்துதே

கற்பூர நீராஞ்சனம் சமர்ப்பயாமி

(இடது கையால் மணியை ஒலிக்கச் செய்து கொண்டே கற்பூரத்தை ஏற்றிக் காட்டவும். அந்தக் கற்பூரத்தைப் பிறகு கண்களில் ஒற்றிக் கொள்ளவும்.)

ஆசமனீயம்

ஓம் அச்யுதாய நம:

ஓம் அனந்தாய நம:

ஓம் கோவிந்தாய நம:

ஆசமனீயம் சமர்ப்பயாமி

(மூன்று முறை நீர் விடவும்.)

16. புஷ்பாஞ்சலி

(கைகளில் மலர்களை வைத்துக் கொண்டு சொல்லவும்.)

ஜாதீ புஜ்நாக மந்தார கேதகீ சம்பகானி ச
புஷ்பானி தவ பூஜார்த்தம் அர்ப்பயாமி ஸதாசிவ.
மந்த்ர புஷ்பம் சமர்ப்பயாமி

(தேவதையின் பாதத்தில் மலர்களைச் சமர்ப்பிக்கவும்.)

நமஸ்காரம்

ஸர்வ ஸ்வரூபே ஸர்வேசோ ஸர்வசக்தி ஸமன்விதே
பயேப்யஹ ஸ்தாரஹினோதேவி துர்கே தேவி நமோஸ்துதே

(என்று சொல்லிக்கொண்டே தன்னைத் தானே மூன்று முறை வலது பக்கமாகச் சுற்றிக் கொள்ளவும்.)

ப்ரதக்ஷிண நமஸ்காரம் சமர்ப்பயாமி

(ஆண்கள் சாஷ்டாங்கமாகவோ பெண்கள் பஞ்சாங்கமாகவோ நமஸ்காரத்தைச் செய்யலாம்.)

பிரார்த்தனை

அம்பா சாம்பவி சந்த்ரமௌலி ரபலா அபர்ணா உமா பார்வதி
காளி ஹைமவதி ஸிவா த்ரிநயனி காத்யாயநீ பைரவி
ஸாவித்ரி நவ யௌவனா ஸுபகரீ ஸாம்ராஜ்ய லக்ஷ்மிப்ரதா
சித்ருபீ பரதேவதா பகவதீ ஸ்ரீ ராஜ ராஜேஸ்வரி

•

கலையாத கல்வியும் குறையாத வயதுமோர்
கபடு வாராத நட்பும்
கன்றாத வளமையும் குன்றாத இளமையும்
கழுபிணியிலாத உடலும்

சலியாத மனமும் அன்பகலாத மனைவியும்
தவறாத சந்தானமும்
தாழாத கீர்த்தியும் மாறாத வார்த்தையும்
தடைகள் வாராத கொடையும்
தொலையாத நிதியமும் கோணாத கோலுமொரு
துன்பமில்லாத வாழ்வும்
துய்யநின் பாதத்தில் அன்பும் உதவிப் பெரிய
தொண்டரொடு கூட்டு கண்டாய்
அலையாழி அறிதுயிலு மாயனது தங்கையே!
ஆதிகட ஊரின் வாழ்வே!
அமுதீசர் ஒரு பாகம் அகலாத சுகபாணி!
அருள்வாமி! அபிராமியே!

யதாஸ்தானம்

(எங்கிருந்து ஸ்ரீ துர்கை எழுந்தருளினாளோ மீண்டும் அதே இடத்தில் எழுந்தருளச் செய்தல். கையில் புஷ்பத்தை வைத்துக்கொண்டு கீழுள்ள வரிகளைச் சொல்லி பிறகு புஷ்பத்தைப் பாதத்தில் இட்டு படத்தை அல்லது பிம்பத்தை சிறிது வடக்குப்புறமாக நகர்த்தவும்.)

அஸ்மாத் பிம்பாத் (அல்லது சித்ரபடாத்) ஆவாஹிதம் ஸ்ரீ துர்கா தேவிம் யதாஸ்தானம் ப்ரதிஷ்டாபயாமி
சோபனார்த்தே க்ஷேமாய புனராகமனாய ச

——— சுபம் ———

லக்ஷ்மி பூஜை

விளக்கேற்றுதல்

தீபஜ்ஜோதிப் பரப்ப்ரஹ்ம
தீபஜ்ஜோதிர் ஜனார்தனஹ
தீபோமே ஹரது பாபம்
தீபஜ்ஜோதிர் நமோஸ்துதே

(என்று சொல்லி விளக்கேற்றவும்.)

ஆசமனம்

ஓம் அச்யுதாய நமஹ
ஓம் அனந்தாய நமஹ
ஓம் கோவிந்தாய நமஹ

(என்று வலது உள்ளங்கையில் சிறிது நீர் விட்டு மூன்று முறை பருக வேண்டும்.)

கண்ட்ட பூஜை

ஆகமார்த்தம் து தேவானாம்
கமனார்த்தம் து ரக்ஷஸாம்
கண்டாரவம் கரோம்யாதௌ
தேவதாஹ்வான காரணம்

(என்று சொல்லிக்கொண்டே மணியை ஒலிக்கவும்.)

கலச பூஜை

கங்கே சே யமுனே சைவ
கோதாவரி சரஸ்வதி
நர்மதே சிந்து காவேரி
ஜலேஸ்மின் சந்நிதிம் குரு

(என்று சொல்லி நீர் உள்ள சிறிய பாத்திரத்தின் மீது வலது கையை வைத்து இந்த மந்திரத்தைச் சொல்லி அந்த நீரை எடுத்து தன் மீதும் பூஜை அறையில் உள்ள பாத்திரங்கள் மீதும் தெளிக்கவும்.)

குரு த்யானம்

த்வமேம மாதா ச பிதா த்வமே
த்வமேவ பந்துஸ் ச சகா த்வமேவ
த்வமேவ வித்யா த்ரவிணம் த்வமேவ
த்வமேவ சர்வம் மம தேவ தேவ

(என்று சொல்லி குருவை வணங்கவும்.)

கணபதி தியானம்

வக்ர துண்ட மஹாகாய சூர்ய கோடி சமப்ரப
நிர்விக்னம் குருமே தேவ
சர்வ கார்யேஷு சர்வதா

(என்று கணபதியை தியானிக்கவும்.)

ப்ராணாயாமம்

(கட்டை விரலால் வலது நாசியை மூடி இடது நாசியின் வழியாக மூச்சை உள்ளே இழுக்கும்போது இந்த மந்திரத்தைச் சொல்லவும்.)

ஓம் பூ: ஓம் புவ: ஓம் சுவ: ஓம் மஹ:
ஓம் ஜன: ஓம் தப: ஓகும் சத்யம்.

(பிறகு இரண்டு நாசிகளையும் மூடி)

ஓம் பூர்புவஸ்ஸுவ : தத் சவிதுர்வரேண்யம்
பர்கோ தேவஸ்ய தீமஹி. தியோ : யோ
ந: ப்ரசோதயாத்.

(என்று சொல்லி பிறகு மூச்சை வலது நாசி வழியாக வெளியே விடும் போது)

ஓம் ஆபோ ஜ்யோதிரஸோம்ருதம் ப்ரஹ்ம பூர் புவஸ்ஸுவரோம்.

(என்று வெளியே விடவும். அதேபோல் மோதிர விரலால் இடது நாசியை மூடி மேலுள்ள மந்திரத்தை சொல்லி இடது நாசி வழியாக மற்றொரு முறை ப்ராணாயாமம் செய்யவும்.)

சங்கல்பம்

(வலது தொடை மேல் இடது கை விரித்து பூ, அட்சதை வைத்து, வலது கையால் மூடி வைது இந்த மந்திரத்தைச் சொல்லவும்.)

மமோபாத்த சமஸ்த துரிதக்ஷயத்வாரா
ஸ்ரீபரமேஸ்வர ப்ரீத்யர்த்தம்
ஸ்ரீ மஹாலக்ஷ்மி ப்ரஸாத சித்யர்த்தம்
சர்வைஸ்வர்ய சித்யர்த்தம்.
அஸ்மின் காலே ஸ்ரீ மஹாலக்ஷ்மி பூஜாம்
அகம் கரிஷ்யே

(என்று சொல்லி கையில் இருக்கும் பூ, அட்சதையை வடக்கு நோக்கி தரையில் போடவும்.)

ஷோடச உபசாரங்கள்

1. ஆவாஹனம்

ஓம் ஸ்ரீ நாராயணப் ப்ரியாயை நம :

(என்று சொல்லி லக்ஷ்மியை தியானிக்கவும். பூ சமர்ப்பிக்கவும்.)

அஸ்மின் சித்ரபடே ஸ்ரீ மஹாலக்ஷ்மி தேவிம் ஆவாஹயாமி (மலர் சமர்ப்பிக்கவும்.) (படமாக இருந்தால் 'அஸ்மின் சித்ரபடே' என்றும் சிறுசிலையாக இருந்தால் 'அஸ்மின் பிம்பே' என்றும் சொல்லி ஆவாஹனம் செய்யவேண்டும்.)

2. ஆசனம்

ஓம் ஸ்ரீ கமலவாஸின்யை நமஹ
ஆசனம் சமர்ப்பயாமி

(என்று சொல்லி மலரிடவும்.)

3. பாத்யம்

ஓம் பாரத்யை நமஹ

(நீரை மற்றொரு சிறு பாத்திரத்தில் விடல் வேண்டும்.)

பாத்யம் சமர்ப்பயாமி

(என்று சொல்லி சிறுபாத்திரத்தில் ஒரு ஸ்பூன் நீரை விடவும்.)

4. அர்க்யம்

ஓம் ஸ்ரீ அனுக்ரஹப் ப்ரதாயை நமஹ
அர்க்யம் சமர்ப்பயாமி

(என்று சொல்லி சிறுபாத்திரத்தில் நீர் விடவும்.)

5. ஆசமனீயம்

ஓம் அச்யுதாய நம:
ஓம் அனந்தாய நம:
ஓம் கோவிந்தாய நம:
ஆசமனீயம் சமர்ப்பயாமி

(இந்த மந்திரங்களை சொல்லி மூன்று முறை நீரை விடவும்.)

6. மதுபர்க்கம்

ஓம் ஸ்ரீ நித்ய புஷ்டாயை நம :
மதுபர்க்கம் சமர்ப்பயாமி

(சிறிது கற்கண்டு அல்லது பேரீச்சம்பழத்தை தேவியின் முன்பு வைக்கவும்.)

7. ஸ்நானம்

ஓம் ஸ்ரீ க்ஷீராப்தி தனயாயை நமஹ
ஸ்நானம் சமர்ப்பயாமி

(நீர் விடவும்.)

ஸ்நானானந்தரம் ஆசமனீயம் சமர்ப்பயாமி

அச்யுதாய   நம:
அனந்தாய   நம:
கோவிந்தாய   நம:

(மூன்று முறை நீர் விடவும்.)

8. வஸ்திரம்

ஓம் ஸ்ரீ பீதாம்பர தாரிண்யை   நம:
வஸ்திரம் சமர்ப்பயாமி
வஸ்திரார்த்தம் புஷ்பம் சமர்ப்பயாமி

(பாதங்களில் மலர்களைச் சமர்ப்பிக்கவும்.)

9. ஆபரணம்

ஓம் ஸ்ரீ பத்ம மாலாதராயை நமஹ
ஆபரணம் சமர்ப்பயாமி
ஆபரணார்த்தம் புஷ்பம் சமர்ப்பயாமி

(பாதங்களில் மலர்களைச் சமர்ப்பிக்கவும்.)

10. கந்தம்

ஓம் ஸ்ரீ பத்ம கந்தின்யை நமஹ
கந்தம் சமர்ப்பயாமி

(சந்தனத்தை தேவியின் நெற்றியில் இடவும்.)

கந்தஸ்ய உபரி ஹரித்ரா குங்குமம் சமர்ப்பயாமி

(அதேபோல் குங்குமம்.)

11. புஷ்பம்

லக்ஷ்மி அஷ்டோத்தர சதநாமாளி

ஓம்	ப்ரக்ருத்யை	நம:
ஓம்	விக்ருத்யை	நம:
ஓம்	வித்யாயை	நம:
ஓம்	ஸர்வபூதஹிதப்ரதாயை	நம:
ஓம்	ச்ரத்தாயை	நம:
ஓம்	விபூத்யை	நம:
ஓம்	ஸுரப்யை	நம:
ஓம்	பரமாத்மிகாயை	நம:
ஓம்	வாசே	நம:
ஓம்	பத்மாலயாயை	நம:
ஓம்	பத்மாயை	நம:
ஓம்	சுசயே	நம:
ஓம்	ஸ்வாஹாயை	நம:
ஓம்	ஸ்வதாயை	நம:
ஓம்	ஸுதாயை	நம:
ஓம்	தன்யாயை	நம:
ஓம்	ஹிரண்மய்யை	நம:
ஓம்	லக்ஷ்ம்யை	நம:
ஓம்	நித்யபுஷ்டாயை	நம:

ஓம்	விபாவர்யை	நம:
ஓம்	அதித்யை	நம:
ஓம்	தித்யை	நம:
ஓம்	தீப்தாயை	நம:
ஓம்	வஸுதாயை	நம:
ஓம்	வஸுதாரிண்யை	நம:
ஓம்	கமலாயை	நம:
ஓம்	காந்தாயை	நம:
ஓம்	காமாக்ஷ்யை	நம:
ஓம்	க்ரோதஸம்பவாயை	நம:
ஓம்	அனுக்ரஹப்ரதாயை	நம:
ஓம்	புத்தயே	நம:
ஓம்	அநகாயை	நம:
ஓம்	ஹரிவல்லபாயை	நம:
ஓம்	அசோகாயை	நம:
ஓம்	அம்ருதாயை	நம:
ஓம்	தீப்தாயை	நம:
ஓம்	லோகசோக விநாசின்யை	நம:
ஓம்	தர்மநிலயாயை	நம:
ஓம்	கருணாயை	நம:
ஓம்	லோகமாத்ரே	நம:
ஓம்	பத்மப்ரியாயை	நம:
ஓம்	பத்மஹஸ்தாயை	நம:
ஓம்	பத்மாக்ஷ்யை	நம:
ஓம்	பத்மஸுந்தர்யை	நம:
ஓம்	பத்மோத்பவாயை	நம:
ஓம்	பத்மமுக்யை	நம:
ஓம்	பத்மநாபப்ரியாயை	நம:
ஓம்	ரமாயை	நம:

ஓம்	பத்மமாலாதராயை	நம:
ஓம்	தேவ்யை	நம:
ஓம்	பத்மின்யை	நம:
ஓம்	பத்மகந்தின்யை	நம:
ஓம்	புண்யகந்தாயை	நம:
ஓம்	ஸுப்ரஸன்னாயை	நம:
ஓம்	ப்ரஸாதாபிமுக்யை	நம:
ஓம்	ப்ரபாயை	நம:
ஓம்	சந்த்ரவதனாயை	நம:
ஓம்	சந்த்ராயை	நம:
ஓம்	சந்த்ரஸஹோதர்யை	நம:
ஓம்	சதுர்ப்புஜாயை	நம:
ஓம்	சந்த்ரரூபாயை	நம:
ஓம்	இந்திராயை	நம:
ஓம்	இந்து-சீதலாயை	நம:
ஓம்	ஆஹ்லாத ஜனன்யை	நம:
ஓம்	புஷ்ட்யை	நம:
ஓம்	சிவாயை	நம:
ஓம்	சிவங்கர்யை	நம:
ஓம்	ஸத்யை	நம:
ஓம்	விமலாயை	நம:
ஓம்	விச்வஜனன்யை	நம:
ஓம்	துஷ்ட்யை	நம:
ஓம்	தாரித்ர்ய நாசின்யை	நம:
ஓம்	ப்ரீதிபுஷ்கரிண்யை	நம:
ஓம்	சாந்தாயை	நம:
ஓம்	சுக்லமால்யாம் பராயை	நம:
ஓம்	ச்ரியை	நம:

ஓம்	பாஸ்கர்யை	நம:
ஓம்	பில்வநிலயாயை	நம:
ஓம்	வராரோஹாயை	நம:
ஓம்	யசஸ்வின்யை	நம:
ஓம்	வஸுந்தராயை	நம:
ஓம்	உதாராங்காயை	நம:
ஓம்	ஹரிண்யை	நம:
ஓம்	ஹேமமாலின்யை	நம:
ஓம்	தனதான்யகர்யை	நம:
ஓம்	ஸித்தயே	நம:
ஓம்	ஸ்த்ரைண ஸௌம்யாயை	நம:
ஓம்	சுபப்ரதாயை	நம:
ஓம்	ந்ருபவேச்ம கதானந்தாயை	நம:
ஓம்	வரலக்ஷ்ம்யை	நம:
ஓம்	வஸுப்ரதாயை	நம:
ஓம்	சுபாயை	நம:
ஓம்	ஹிரண்ய ப்ராகாராயை	நம:
ஓம்	ஸமுத்ரதனயாயை	நம:
ஓம்	ஜயாயை	நம:
ஓம்	மங்களாதேவ்யை	நம:
ஓம்	விஷ்ணுவக்ஷஸ்தல ஸ்திதாயை	நம:
ஓம்	விஷ்ணுபத்ன்யை	நம:
ஓம்	ப்ரஸன்னாக்ஷ்யை	நம:
ஓம்	நாராயண ஸமாச்ரிதாயை	நம:
ஓம்	தாரித்ர்ய த்வம்ஸின்யை	நம:
ஓம்	தேவ்யை	நம:
ஓம்	ஸர்வோபத்ரவ நிவாரிண்யை	நம:
ஓம்	நவதுர்க்காயை	நம:

ஓம் மஹாகாள்யை நம:

ஓம் ப்ரஹ்மாவிஷ்ணு சிவாத்மிகாயை நம:

ஓம் த்ரிகாலஜ்ஞான ஸம்பன்னாயை நம:

ஓம் புவனேச்வர்யை நம:

நாநாவித பரிமள பத்ர புஷ்பாணி சமர்ப்பயாமி

(என்று பாதங்களில் மலர்களைச் சமர்ப்பிக்கவும்.)

12. தூபம்

ஓம் ஸ்ரீ புண்ய கந்தாயை நம

தூபம் ஆக்ராபயாமி

(மணி ஒலித்துக் கொண்டே ஊதுபத்தி அல்லது சாம்பிராணி காண்பிக்கவும்.)

13. தீபம்

ஓம் ஸ்ரீ ஹிரண்ய வர்ணாயை நமஹ

தீபம் சம்தர்சயாமி

(மணி ஒலித்துக்கொண்டே ஏக தீபத்தை தேவதையின் முன்பு காண்பிக்கவும்.)

14. நைவேத்தியம்

(இடதுகையால் மணி அடித்துக்கொண்டே வலது கையால் கீழ்க்கண்ட மந்திரத்தைச் சொல்லி நிவேதனம் செய்யவும்.)

ஓம் ப்ராணாய ஸ்வாஹா

ஓம் அபானாய ஸ்வாஹா

ஓம் வ்யானாய ஸ்வாஹா

ஓம் உதானாய ஸ்வாஹா

ஓம் ஸமானாய ஸ்வாஹா

ஓம் ப்ரஹ்மணே ஸ்வாஹா

நைவேத்தியம் ஸ்ரீவேதயாமி.

நைவேத்யானந்தரம் ஆசமனீயம் சமர்ப்பயாமி

ஓம் அச்யுதாய   நம:

ஓம் அனந்தாய   நம:

ஓம் கோவிந்தாய நம:

(என்று கூறி மூன்று முறை நீர் விடவும்.)

தாம்பூலம்

பூகிபல ஸமாயுக்தம் நாகவல்லி தளைர்யுதம்

கற்பூர சூர்ண ஸம்யுக்தம் தாம்பூலம் ப்ரதி க்ருஹ்யதாம்.

தாம்பூலம் சமர்ப்பயாமி

(பாக்கு வெற்றிலையைத் தாம்பூலமாகச் சமர்ப்பிக்கவும்.)

15. கற்பூர நீராஞ்சனம்

ஸர்வ மங்கள மாங்கல்யே

சிவே ஸர்வார்த்த ஸாதிகே

சரண்யே த்ரியம்பகே தேவி

நாராயணி நமோஸ்துதே

கற்பூர நீராஞ்சனம் சமர்ப்பயாமி

(இடது கையால் மணியை ஒலிக்கச் செய்துகொண்டே கற்பூரத்தை ஏற்றிக் காட்டவும், அந்தக் கற்பூரத்தைப் பிறகு கண்களில் ஒற்றிக்கொள்ளவும்.)

ஆசமனீயம்

ஓம் அச்யுதாய   நம:

ஓம் அனந்தாய   நம:

ஓம் கோவிந்தாய நம:

ஆசமனீயம் சமர்ப்பயாமி

(மூன்று முறை நீர் விடவும்.)

16. புஷ்பாஞ்சலி

(கைகளில் மலர்களை வைத்துக் கொண்டு சொல்லவும்.)

நானா ஸுகந்த புஷ்பாணி

யதா காலோத் பாவானிச

பக்த்யா தத்தாணி பூஜார்த்தம்

க்ருஹாண ஸ்ரீ நாராயணி

மந்த்ர புஷ்பம் சமர்ப்பயாமி

(தேவதையின் பாதத்தில் மலர்களைச் சமர்ப்பிக்கவும்.)

நமஸ்காரம்

யாதேவி சர்வ பூதேஷு

லக்ஷ்மி ரூபேண சம்ஸ்திதா

நமஸ்தஸ்மை நமஸ்தஸ்மை

நமஸ்தஸ்மை நமோ நமஹ

(என்று சொல்லிக்கொண்டே தன்னைத் தானே மூன்று முறை வலது பக்கமாகச் சுற்றிக் கொள்ளவும். ஆத்ம ப்ரதக்ஷிணம் என்று இதற்குப் பெயர்.)

ப்ரதக்ஷிண நமஸ்காரம் சமர்ப்பயாமி

(ஆண்கள் சாஷ்டாங்கமாகவோ பெண்கள் பஞ்சாங்கமாகவோ நமஸ்காரத்தைச் செய்யலாம்.)

பிரார்த்தனை

அங்கம் ஹரேஹே புலாகபூஷணம் ஆச்ரயந்தி

ப்ருங்காங்கஜேவ முகல ஆபரணம் தமாலம்

அங்கீங்க்ருதாகில விபூதி அபாங்கலீலா

மாங்கல்ய தாஸ்து மம மங்கல தேவதாயஹ

•

வேதங்கள் நான்கும் புகழ்ந்தேத்தும் நாயகியே

பாற்கடல் அமர்ந்தோன் துணைவியே! ஆர்வலர்க்குக்

குன்றாத வாழ்வும் குறையாத செல்வமும் கூட்டுவித்துப்
பொன்தரு வானவர் போகமும் சேர்ப்பிக்கும் பூரணியே

யதாஸ்தானம்

(எங்கிருந்து லக்ஷ்மி எழுந்தருளினாளோ மீண்டும் அதே
இடத்தில் எழுந்தருளச் செய்தல். கையில் புஷ்பத்தை
வைத்துக்கொண்டு கீழுள்ள வரிகளைச் சொல்லி, பிறகு
புஷ்பத்தைப் பாதத்தில் இட்டு படத்தை அல்லது பிம்பத்தை
சிறிது வடக்குப்புறமாக நகர்த்தவும்.)

அஸ்மாத் பிம்பாத் (சித்ரபடாத்) ஆவாஹிதம்
ஸ்ரீமஹாலக்ஷ்மி யதாஸ்தானம் ப்ரதிஷ்டாபயாமி
சோபனார்த்தே க்ஷேமாய புனராகமனாய ச

—— *சுபம்* ——

சரஸ்வதி பூஜை

விளக்கேற்றுதல்

சுபம் கரோதி கல்யாணம் ஆரோக்கியம்
தன சம்பதே
சத்ருபுத்தி வினாஸாய தீபந்ஜோதிர்
நமோஸ்துதே

(என்று சொல்லி விளக்கேற்றவும்.)

ஆசமனம்

ஓம் அச்யுதாய நமஹ
ஓம் அனந்தாய நமஹ
ஓம் கோவிந்தாய நமஹ

(என்று வலது உள்ளங்கையில் சிறிது நீர் விட்டு மூன்று முறை பருக வேண்டும்.)

கண்ட்ட பூஜை

ஆகமார்த்தம் து தேவானாம்
கமனார்த்தம் து ரக்ஷஸாம்
கண்டாரவம் கரோம்யாதெள
தேவதாஹ்வான காரணம்

(என்று சொல்லிக்கொண்டே மணியை ஒலிக்கவும்.)

கலச பூஜை

கலசஸ்ய முகே விஷ்ணு :
கண்டே ருத்ரஸ் சமார்ச்சித :
மூலே தத்ர ஸ்திதோ ப்ரஹ்மா
மத்தேய மாத்ருகணா ஸ்ம்ருதா:

(என்று சொல்லி நீர் உள்ள சிறிய பாத்திரத்தின் மீது வலது கையை வைத்து இந்த மந்திரத்தைச் சொல்லி அந்த நீரை எடுத்து தன் மீதும் பூஜை அறையில் உள்ள பாத்திரங்கள் மீதும் தெளிக்கவும்.)

குரு த்யானம்

சதா சிவ சமாரம்பாம் சங்கராச்சார்ய மத்யமாம்
அஸ்மதாசார்ய பர்யந்தாம் வந்தே குருப்ரம்பராம்

(என்று சொல்லி குருவை வணங்கவும்.)

கணபதி தியானம்

கஜானனம் பூத கணாதிசேவிதம்
கபித்த ஜம்பூ பலசார பக்ஷிதம்
உமாசுதம் சோகவினாச காரணம்
நமாமி விக்னேஸ்வர பாத பங்கஜம்

(என்று கணபதியை தியானிக்கவும்.)

ப்ராணாயாமம்

(கட்டை விரலால் வலது நாசியை மூடி இடது நாசியின் வழியாக மூச்சை உள்ளே இழுக்கும்போது இந்த மந்திரத்தைச் சொல்லவும்.)

ஓம் பூ: ஓம் புவ: ஓம் சுவ: ஓம் மஹ:
ஓம் ஜன: ஓம் தப: ஓகும் சத்யம்.

(பிறகு இரண்டு நாசிகளையும் மூடி)

70

ஓம் பூர்புவஸ்ஸுவ : தத்சவிதுர்வரேண்யம்
பர்கோ தேவஸ்ய தீமஹி. தியோ : யோ
ந : ப்ரசோதயாத்.

*(என்று சொல்லி பிறகு மூச்சை வலது நாசி வழியாக வெளியே
விடும்போது)*

ஓம் ஆபோ ஜ்யோதிரஸோம்ருதம் ப்ரஹ்ம பூர்
புவஸ்ஸுவரோம்.

*(என்று வெளியே விடவும். அதேபோல் மோதிர விரலால்
இடது நாசியை மூடி மேலுள்ள மந்திரத்தை சொல்லி இடது
நாசி வழியாக மற்றொரு முறை ப்ராணாயாமம் செய்யவும்.)*

சங்கல்பம்

*(வலது தொடை மேல் இடது கை விரித்து அதில் பூ, அட்சதை
வைத்து, வலது கையால் மூடி இந்த மந்திரத்தைச் சொல்லவும்.)*

மமோபாத்த சமஸ்த துரிதக்ஷயத்வாரா
ஸ்ரீபரமேஸ்வர ப்ரீத்யர்த்தம்
ஸ்ரீ சரஸ்வதி ப்ரஸாத சித்யர்த்தம்
சர்வ வித்யா ப்ராப்த்யர்த்தம்
அஸ்மின் காலே ஸ்ரீ சரஸ்வதி பூஜாம் கரிஷ்யே

*(என்று சொல்லி கையில் இருக்கும் பூ, அட்சதையை வடக்கு
நோக்கி தரையில் போடவும்.)*

ஷோடச உபசாரங்கள்

1. ஆவாஹனம்

பாரதீம் பாவையே தேவிம்
பாஷானாம் அதி தேவதாம்
பாவிதாம் ஹ்ருதயே சத்பிஹி
பாமினீம் பரமேஷ்டினஹ

71

(என்று சொல்லி சரஸ்வதியை தியானிக்கவும். பூ சமர்ப்பிக்கவும்.)

சதுர்புஜாம் சந்த்ர வதனாம்

சதுரானன வல்லபாம்

ஆவாஹயாமி வாணித்வம்

ஆஸ்ரிதார்த்த ப்ரதாயினீம்.

அஸ்மின் சித்ரபடே ஸ்ரீ சரஸ்வதி ஆவாஹயாமி

(மலர் சமர்ப்பிக்கவும்.)

*(படமாக இருந்தால் **'அஸ்மின் சித்ரபடே'** என்றும் சிறுசிலையாக இருந்தால் **'அஸ்மின் பிம்பே'** என்றும் சொல்லி ஆவாஹனம் செய்யவேண்டும்.)*

2. ஆசனம்

ஓம் மஹா சரஸ்வத்யை நமஹ

ஆசனம் சமர்ப்பயாமி

(என்று சொல்லி மலரிடவும்.)

3. பாத்யம்

ஓம் பாரத்யை நமஹ

(நீரை மற்றொரு சிறு பாத்திரத்தில் விடல் வேண்டும்.)

பாத்யம் சமர்ப்பயாமி

(என்று சொல்லி சிறுபாத்திரத்தில் ஒரு ஸ்பூன் நீரை விடவும்.)

4. அர்க்யம்

ஓம் சௌதாமின்யை நமஹ

அர்க்யம் சமர்ப்பயாமி

(என்று சொல்லி சிறுபாத்திரத்தில் நீர் விடவும்.)

5. ஆசமனீயம்

ஓம் அச்யுதாய   நம:
ஓம் அனந்தாய   நம:
ஓம் கோவிந்தாய நம:

(இந்த மந்திரங்களை சொல்லி)
ஆசமனீயம் சமர்ப்பயாமி

(மூன்று முறை நீரை விடவும்.)

6. மதுபர்க்கம்

ஓம் போகதாயை நமஹ
மதுபர்க்கம் சமர்ப்பயாமி

(சிறிது கல்கண்டு அல்லது பேரீச்சம் பழத்தை தேவியின் முன்பு வைக்கவும்.)

7. ஸ்நானம்

ஓம் பத்மநிலயாயை நமஹ
ஸ்நானம் சமர்ப்பயாமி

(நீர் விடவும்.)
ஸ்நானானந்தரம் ஆசமனீயம் சமர்ப்பயாமி

அச்யுதாய   நம:
அனந்தாய   நம:
கோவிந்தாய   நம:

(மூன்று முறை நீர் விடவும்.)

8. வஸ்திரம்

ஓம் ச்வேத வஸ்திராயை நமஹ
வஸ்திரம் ஸமர்ப்பயாமி
வஸ்திரார்த்தம் புஷ்பம் சமர்ப்பயாமி

(பாதங்களில் மலர்களைச் சமர்ப்பிக்கவும்.)

9. ஆபரணம்

ஓம் திவ்யாலங்கார பூஷிதாயை நமஹ
ஆபரணம் சமர்ப்பயாமி
ஆபரணார்த்தம் புஷ்பம் சமர்ப்பயாமி

(பாதங்களில் மலர்களைச் சமர்ப்பிக்கவும்.)

10. கந்தம்

ஓம் காந்தாயை நமஹ
கந்தம் சமர்ப்பயாமி

(சந்தனத்தை தேவியின் நெற்றியில் அணிவிக்கவும்.)

கந்தஸ்ய உபரி ஹரித்ரா குங்குமம் சமர்ப்பயாமி

(சந்தனத்தின் மீது குங்குமம் வைக்கவும்.)

11. புஷ்பம்

ஓம்	சரஸ்வத்யை	நம:
ஓம்	மஹாபத்ராயை	நம:
ஓம்	மஹாமாயாயை	நம:
ஓம்	வரப்ரதாயை	நம:
ஓம்	ஶ்ரீப்ரதாயை	நம:
ஓம்	பத்ம நிலயாயை	நம:
ஓம்	பத்மாக்ஷ்யை	நம:
ஓம்	பத்மவக்த்ராயை	நம:
ஓம்	சிவானுஜாயை	நம:
ஓம்	புஸ்தக ஹஸ்தாயை	நம:
ஓம்	ஜ்ஞானமுத்ராயை	நம:
ஓம்	ரமாயை	நம:
ஓம்	காமரூபிண்யை	நம:
ஓம்	மஹாவித்யாயை	நம:

ஓம்	மஹாபாதக நாசின்யை	நம:
ஓம்	மஹாச்ரயாயை	நம:
ஓம்	மாலின்யை	நம:
ஓம்	மஹாபோகாயை	நம:
ஓம்	மஹாபுஜாயை	நம:
ஓம்	மஹா மாயாயை	நம:
ஓம்	மஹோத்ஸாஹாயை	நம:
ஓம்	திவ்யாங்காயை	நம:
ஓம்	ஸுரவந்திதாயை	நம:
ஓம்	மஹாகாள்யை	நம:
ஓம்	மஹாபாசாயை	நம:
ஓம்	மஹாகாராயை	நம:
ஓம்	மஹாங்குசாயை	நம:
ஓம்	பீதாயை	நம:
ஓம்	விமலாயை	நம:
ஓம்	விச்வாயை	நம:
ஓம்	வித்யுன்மாலாயை	நம:
ஓம்	வைஷ்ணவ்யை	நம:
ஓம்	சந்த்ரிகாயை	நம:
ஓம்	சந்த்ரரேகா விபூஷிதாயை	நம:
ஓம்	ஸாவித்ர்யை	நம:
ஓம்	ஸுரஸாயை	நம:
ஓம்	தேவ்யை	நம:
ஓம்	திவ்யாலங்கார பூஷிதாயை	நம:
ஓம்	வாக்தேவ்யை	நம:
ஓம்	வஸுதாயை	நம:
ஓம்	தீவ்ராயை	நம:
ஓம்	மஹாபத்ராயை	நம:
ஓம்	மஹாபாலாயை	நம:

ஓம்	போகதாயை	நம:
ஓம்	பாரத்யை	நம:
ஓம்	பாமாயை	நம:
ஓம்	கோவிந்தாயை	நம:
ஓம்	கோமத்யை	நம:
ஓம்	ஜடிலாயை	நம:
ஓம்	விந்த்யவாஸாயை	நம:
ஓம்	சண்டிகாயை	நம:
ஓம்	வைஷ்ணவ்யை	நம:
ஓம்	ப்ராஹ்ம்யை	நம:
ஓம்	ப்ரஹ்மஜ்ஞானைக ஸாதனாயை	நம:
ஓம்	ஸௌதாமின்யை	நம:
ஓம்	ஸுதாமூர்த்தயே	நம:
ஓம்	ஸுபத்ராயை	நம:
ஓம்	ஸுரபூஜிதாயை	நம:
ஓம்	ஸுவாஸின்யை	நம:
ஓம்	ஸுனாஸாயை	நம:
ஓம்	விநித்ராயை	நம:
ஓம்	பத்மலோசனாயை	நம:
ஓம்	வித்யாரூபாயை	நம:
ஓம்	விசாலாக்ஷ்யை	நம:
ஓம்	ப்ரம்மஜாயாயை	நம:
ஓம்	மஹாபலாயை	நம:
ஓம்	த்ரயீமூர்த்தயே	நம:
ஓம்	த்ரிகாலஜ்ஞாயை	நம:
ஓம்	த்ரிகுணாயை	நம:
ஓம்	சாஸ்த்ரரூபிண்யை	நம:
ஓம்	சும்பாஸுர ப்ரமதின்யை	நம:
ஓம்	சுபதாயை	நம:

ஓம்	ஸ்வராத்மகாயை	நம:
ஓம்	ரக்தபீஜஹந்த்ர்யை	நம:
ஓம்	சாமுண்டாயை	நம:
ஓம்	அம்பிகாயை	நம:
ஓம்	முண்டகாய ப்ரஹரணாயை	நம:
ஓம்	தூம்ரலோசன மர்தனாயை	நம:
ஓம்	ஸர்வதேவ ஸ்துதாயை	நம:
ஓம்	ஸௌம்யாயை	நம:
ஓம்	ஸுராஸுர நமஸ்க்ருதாயை	நம:
ஓம்	காளராத்ர்யை	நம:
ஓம்	கலாதராயை	நம:
ஓம்	வாக்தேவ்யை	நம:
ஓம்	வராஹாயை	நம:
ஓம்	வாராஹ்யை	நம:
ஓம்	வாரிஜாஸனாயை	நம:
ஓம்	சித்ராம்பராயை	நம:
ஓம்	சித்ரகந்தாயை	நம:
ஓம்	சித்ரமால்ய ஸுபூஷிதாயை	நம:
ஓம்	காந்தாயை	நம:
ஓம்	காமப்ரதாயை	நம:
ஓம்	வந்த்யாயை	நம:
ஓம்	வித்யாதரஸுபூஜிதாயை	நம:
ஓம்	ரூபஸௌபாக்ய தாயின்யை	நம:
ஓம்	நீலபுஜாயை	நம:
ஓம்	சவேதானாயை	நம:
ஓம்	ரக்தமத்யாயை	நம:
ஓம்	நீலஜங்காயை	நம:
ஓம்	நிரஞ்ஜநாயை	நம:
ஓம்	சதுரானன ஸாம்ராஜ்யாயை	நம:

ஓம்	சதுர்வர்க பலப்ரதாயை	நம:
ஓம்	ஹம்ஸாஸனாயை	நம:
ஓம்	ப்ரம்மாவிஷ்ணு சிவாத்மிகாயை	நம:
ஓம்	ஸர்வமங்களாயை	நம:
ஓம்	வேதமாத்ரே	நம:
ஓம்	சாரதாயை	நம:
ஓம்	ஸரஸ்வத்யை	நம:

நாநாவித பரிமள பத்ர புஷ்பாணி சமர்ப்பயாமி

(என்று பாதங்களில் மலர்களைச் சமர்ப்பிக்கவும்.)

12. தூபம்

ஓம் தூம்ரலோசன மர்தனாயை நமஹ

தூபம் ஆக்ராபயாமி

(மணி ஒலித்துக் கொண்டே ஊதுபத்தி அல்லது சாம்பிராணி காண்பிக்கவும்.)

13. தீபம்

ஓம் வித்யா ரூபாயை நமஹ

தீபம் சம்தர்சயாமி

(மணி ஒலித்துக்கொண்டே ஏகதீபத்தை தேவியின் முன்பு காண்பிக்கவும்.)

14. நைவேத்தியம்

(இடதுகையால் மணி அடித்துக் கொண்டே வலது கையால் கீழ்க்கண்ட மந்திரத்தைச் சொல்லி நிவேதனம் செய்யவும்.)

ஓம் ப்ராணாய ஸ்வாஹா

ஓம் அபானாய ஸ்வாஹா

ஓம் வ்யானாய ஸ்வாஹா

ஓம் உதானாய ஸ்வாஹா

ஓம் ஸமானாய ஸ்வாஹா

ஓம் ப்ரஹ்மணே ஸ்வாஹா

நைவேத்தியம் ஸ்ரீவேதயாமி.

நைவேத்யானந்தரம் ஆசமனீயம் சமர்ப்பயாமி

ஓம் அச்யுதாய நம:

ஓம் அனந்தாய நம:

ஓம் கோவிந்தாய நம:

(என்று கூறி மூன்று முறை நீர்விடவும்.)

தாம்பூலம்

ஏலாலவங்க கஸ்தூரி கர்ப்பூரை

புண்யவாஸித வீடிகாம் முகவாஸார்த்தம்

அர்ப்பயாமி ஸீரேஸ்வரி

தாம்பூலம் சர்ப்பயாமி

(பாக்கு வெற்றிலையைத் தாம்பூலமாகச் சமர்ப்பிக்கவும்.)

15. கற்பூர நீராஞ்சனம்

நீராஞ்சனம் ஸிமாங்கல்யம் கற்பூரேண ஸமர்விதம்

சந்த்ராக்கவஹ்ஞி ஸத்ருசம் மஹாவாணி நமோ ஸ்துதே!

கற்பூர நீராஞ்சனம் சமர்ப்பயாமி

(இடது கையால் மணியை ஒலிக்கச் செய்துகொண்டே கற்பூரத்தை ஏற்றிக் காட்டவும், அந்தக் கற்பூரத்தைப் பிறகு கண்களில் ஒற்றிக்கொள்ளவும்.)

ஆசமனீயம்

ஓம் அச்யுதாய நம:

ஓம் அனந்தாய நம:

ஓம் கோவிந்தாய நம:

ஆசமனீயம் சமர்ப்பயாமி

(மூன்று முறை நீர் விடவும்.)

16. புஷ்பாஞ்சலி

(கைகளில் மலர்களை வைத்துக் கொண்டு சொல்லவும்.)

நானாபுஷ்ப ஸமா கீர்ணம்
நானா ஸௌரபஸம்யுதம்
புஷ்பாஞ்சலிம் ப்ரதாஸ்யாமி
மஹா ஸ்ரீ சரஸ்வத்யை நமஹ க்ருஹாண ஸுரஸேவிதே.
மந்த்ர புஷ்பம் சமர்ப்பயாமி

(தேவதையின் பாதத்தில் மலர்களைச் சமர்ப்பிக்கவும்.)

நமஸ்காரம்

அந்யதா சரணம் நாஸ்தி
த்வமேவ சரணம் மம
தஸ்மாத் காருண்ய பாவேன
ரக்ஷ ரக்ஷ ஸுரேச்வரி

(என்று சொல்லிக்கொண்டே தன்னைத் தானே மூன்று முறை வலது பக்கமாக சுற்றிக் கொள்ளவும்.)

ப்ரதக்ஷிண நமஸ்காரம் சமர்ப்பயாமி

(ஆண்கள் சாஷ்டாங்கமாகவோ பெண்கள் பஞ்சாங்கமாகவோ நமஸ்காரத்தைச் செய்யலாம்.)

பிரார்த்தனை

பண்ணும் பரதமும் கல்வியும்
தீஞ்சொல் பனுவலும் யான்
எண்ணும் பொழுது எளிதாய் நல்காய்
எழுதாமறையும்
விண்ணும் புவியும் புனலும்

கனலும் வெங்காலும் அன்பர்
கண்ணும் கருத்தும் நிறைந்தாய்
சகலகலா வல்லியே.

(சரஸ்வதியைப் பற்றிய துதிகளைத் தொடர்ந்து சொல்லலாம்.)

யதாஸ்தானம்

(எங்கிருந்து சரஸ்வதி தேவி எழுந்தருளினாளோ மீண்டும் அதே இடத்தில் எழுந்தருளச் செய்தல். கையில் புஷ்பத்தை வைத்துக்கொண்டு கீழுள்ள வரிகளைச் சொல்லி பிறகு புஷ்பத்தைப் பாதத்தில் இட்டு படத்தை அல்லது பிம்பத்தை சிறிது வடக்குப்புறமாக நகர்த்தவும்.)

அஸ்மாத் சித்ரபடாத் ஆவாஹிதம்
ஸ்ரீமஹாசரஸ்வதிம் யதாஸ்தானம் ப்ரதிஷ்டாபயாமி
சோபனார்த்தே க்ஷேமாய புனராகமனாய ச

——— சுபம் ———

81

சிவ பூஜை

விளக்கேற்றுதல்

கூவின பூங்குயில் கூவின கோழி
குறுகுகள் இயம்பின இயம்பின சங்கம்
ஓவின தாரகை ஒளி ஒளி உதயத்து
ஒருப்படுகின்றது தேவ நற்றெழிற் கழல்தாள் இணை காட்டாய்
எம்பெருமான் பள்ளி எழுந்தருளாய்

(என்று சொல்லி விளக்கேற்றவும்.)

ஆசமனம்

ஓம் அச்யுதாய நமஹ
ஓம் அனந்தாய நமஹ
ஓம் கோவிந்தாய நமஹ

(என்று வலது உள்ளங்கையில் சிறிது நீர் விட்டு மூன்று முறை பருக வேண்டும்.)

கண்ட்ட பூஜை

ஆகமார்த்தம் து தேவானாம்
கமனார்த்தம் து ரக்ஷஷாம்
கண்டாரவம் கரோம்யாதெள
தேவதாஹ்வான காரணம்

(என்று சொல்லிக்கொண்டே மணியை ஒலிக்கவும்.)

கலச பூஜை

பாஹிரதி ஸுகதாயிநி மாதஸ்
தவ ஜல மஹிமா நிகமே க்யாத:
நாஹம் ஜாஜே தவ மஹிமா நம்
பாஹி க்ருபாமயி மாமக்ஞானம்.

(என்று சொல்லி நீர் உள்ள சிறிய பாத்திரத்தின் மீது வலது கையை வைத்து இந்த மந்திரத்தைச் சொல்லி அந்த நீரை எடுத்து தன் மீதும் பூஜை அறையில் உள்ள பாத்திரங்கள் மீதும் தெளிக்கவும்.)

குரு தியானம்

மன்னாத : ஸ்ரீ ஜகன்னாத :
மத்குரு : ஸ்ரீ ஜகத்குரு :
மதாத்மா ஸர்வபூதாத்மா
தஸ்மை ஸ்ரீ குரவே நம:

(என்று சொல்லி குருவை வணங்கவும்.)

கணபதி தியானம்

விகடோத் கட சுந்தர தந்திமுகம்
புஜகேந்திர சு சர்ப்ப கஜாவரணம்
கஜநீல கஜேந்திர கணாதி பதிம்
ப்ரண தோஸ்மி விநாயக ஹஸ்தி முகம்

(என்று கணபதியை தியானிக்கவும்.)

ப்ராணாயாமம்

(கட்டை விரலால் வலது நாசியை மூடி இடது நாசியின் வழியாக மூச்சை உள்ளே இழுக்கும்போது இந்த மந்திரத்தைச் சொல்லவும்.)

ஓம் பூ: ஓம் புவ: ஓம் சுவ: ஓம் மஹ:

ஓம் ஜன: ஓம் தப: ஒகும் சத்யம்.

(பிறகு இரண்டு நாசிகளையும் மூடி)

ஓம் பூர்புவஸ்ஸுவ : தத்சவிதுர்வரேண்யம்

பர்கோ தேவஸ்ய தீமஹி. தியோ : யோ

ந : ப்ரசோதயாத்.

(என்று சொல்லி பிறகு மூச்சை வலது நாசி வழியாக வெளியே விடும்போது)

ஓம் ஆபோ ஜ்யோதிரஸோம்ருதம் ப்ரஹ்ம பூர் புவஸ்ஸுவரோம்.

(என்று வெளியே விடவும். அதேபோல் மோதிர விரலால் இடது நாசியை மூடி மேலுள்ள மந்திரத்தை சொல்லி இடது நாசி வழியாக மற்றொரு முறை ப்ராணாயாமம் செய்யவும்.)

சங்கல்பம்

(வலது தொடை மேல் இடது கை விரித்து அதில் பூ, அட்சத்தை வைத்து, வலது கையால் மூடி இந்த மந்திரத்தைச் சொல்லவும்.)

மமோபாத்த சமஸ்த துரிதக்ஷயத்வாரா

ஸ்ரீபரமேஸ்வர ப்ரீத்யர்த்தம்

சர்வ பாப விநாஸனார்த்தம்

அஸ்மின் காலே சிவ பூஜாம் கரிஷ்யே

(என்று சொல்லி கையில் இருக்கும் பூ, அட்சதையை வடக்கு நோக்கி தரையில் போடவும்.)

ஷோடச உபசாரங்கள்

1. ஆவாஹனம்

தோடுடைய செவியன் விடையேறியோர்
தூவெண் மதி சூடிக்
காடுடைய சுட லைப்பொடிபூசி என்
உள்ளங்கவர் கள்வன்
ஏடுடைய மல ரான்முனை நாட்பணிந்
தேத்த அருள் செய்த
பீடுடையபிர மாபுரமேவிய
பெம்மான் இவனன்றே.

(என்று சொல்லி மகேஸ்வரனைத் தியானிக்கவும். பூ சமர்ப்பிக்கவும்.)

அஸ்மின் சித்ரபடே ஸ்ரீ மகேஸ்வரம் ஆவாஹயாமி

(மலர் சமர்ப்பிக்கவும்.)

(படமாக இருந்தால் 'அஸ்மின் சித்ரபடே' என்றும் சிறுசிலையாக இருந்தால் 'அஸ்மின் பிம்பே' என்றும் சொல்லி ஆவாஹனம் செய்யவேண்டும்.

2. ஆசனம்

ஓம் பவாய தேவாய நம
ஆசனம் சமர்ப்பயாமி

(என்று சொல்லி மலரிடவும்.)

3. பாத்யம்

ஓம் சர்வாய தேவாய   நம:

(நீரை மற்றொரு சிறு பாத்திரத்தில் விடல் வேண்டும்.)

பாத்யம் சமர்ப்பயாமி

(என்று சொல்லி சிறுபாத்திரத்தில் ஒரு ஸ்பூன் நீரை விடவும்.)

4. அர்க்யம்

ஓம் ஸ்ரீ ஈசானாய தேவாய நம :
அர்க்யம் சமர்ப்பயாமி

(என்று சொல்லி சிறுபாத்திரத்தில் நீர் விடவும்.)

5. ஆசமனீயம்

ஓம் அச்யுதாய   நம:
ஓம் அனந்தாய   நம:
ஓம் கோவிந்தாய நம:

(இந்த மந்திரங்களைச் சொல்லி)

ஆசமனீயம் சமர்ப்பயாமி

(மூன்று முறை நீரை விடவும்.)

6. மதுபர்க்கம்

ஓம் சாருவிக்ரஹாய   நம:
மதுபர்க்கம் சமர்ப்பயாமி

(சிறிது கல்கண்டு அல்லது பேரீச்சம் பழத்தைச் சுவாமி முன்பு வைக்கவும்.)

7. ஸ்நானம்

ஓம் ஸ்ரீ கங்காதராய நம
ஸ்நானம் சமர்ப்பயாமி

(நீர் விடவும்.)

ஸ்நானானந்தரம் ஆசமனீயம் சமர்ப்பயாமி
அச்யுதாய   நம:

அனந்தாய   நம:
கோவிந்தாய   நம:

(மூன்று முறை நீர் விடவும்.)

8. வஸ்திரம்

ஓம் ஸ்ரீ வ்யாக்ர சர்மோத்தரீயாய நம
வஸ்திரம் சமர்ப்பயாமி
வஸ்திரார்த்தம் புஷ்பம் சமர்ப்பயாமி

(பாதங்களில் மலர்களைச் சமர்ப்பிக்கவும்.)

9. ஆபரணம்

ஓம் ஸ்ரீ சர்வாபரண பூஷிதாய நம
ஆபரணம் சமர்ப்பயாமி
ஆபரணார்த்தம் புஷ்பம் சமர்ப்பயாமி

(பாதங்களில் மலர்களைச் சமர்ப்பிக்கவும்.)

10. கந்தம்

ஓம் ஸ்ரீ கணநாதாய நம
கந்தம் சமர்ப்பயாமி

(சந்தனத்தை சுவாமியின் நெற்றியில் அணிவிக்கவும்.)

கந்தஸ்ய உபரி ஹரித்ரா குங்குமம் சமர்ப்பயாமி

(சந்தனத்தின் மேல் குங்குமம் வைக்கவும்.)

11. புஷ்பம்

ஸ்ரீ சிவாஷ்டோத்தர சத நாமாவளி

ஓம்   சிவாய   நம:
ஓம்   மஹேஸ்வராய   நம:

ஓம்	சம்பவே	நம:
ஓம்	பினாகினே	நம:
ஓம்	சசிசேகராய	நம:
ஓம்	வாமதேவாய	நம:
ஓம்	விரூபாக்ஷாய	நம:
ஓம்	கபர்தினே	நம:
ஓம்	நீலலோஹிதாய	நம:
ஓம்	சங்கரா	நம:
ஓம்	சூலபாணயே	நம:
ஓம்	கட்வாங்கினே	நம:
ஓம்	விஷ்ணுவல்லபாய	நம:
ஓம்	சிபி விஷ்டாய	நம:
ஓம்	அம்பிகா நாதாய	நம:
ஓம்	ஸ்ரீகண்டாய	நம:
ஓம்	பக்த வத்ஸலாய	நம:
ஓம்	பவாய	நம:
ஓம்	சர்வாய	நம:
ஓம்	த்ரிலோகேசாய	நம:
ஓம்	சிதிகண்டாய	நம:
ஓம்	சிவப்ரியாய	நம:
ஓம்	உக்ராய	நம:
ஓம்	கபர்தினே	நம:
ஓம்	காமாரயே	நம:
ஓம்	அந்தகாஸுர ஸூதனாய	நம:
ஓம்	கங்காதராய	நம:
ஓம்	லலாடாக்ஷாய	நம:
ஓம்	காலகாலாய	நம:
ஓம்	க்ருபாநிதயே	நம:
ஓம்	பீமாய	நம:
ஓம்	பரசுஹஸ்தாய	நம:

ஓம்	ம்ருகபாணயே	நம:
ஓம்	ஜடாதராய	நம:
ஓம்	கைலாஸவாஸினே	நம:
ஓம்	கவசினே	நம:
ஓம்	கடோராய	நம:
ஓம்	த்ரிபுராந்தகாய	நம:
ஓம்	வ்ருஷாங்காய	நம:
ஓம்	வ்ருஷபாரூடாய	நம:
ஓம்	பஸ்மோத்தூளித விக்ரஹாய	நம:
ஓம்	ஸாமப்ரியாய	நம:
ஓம்	ஸ்வரமயாய	நம:
ஓம்	த்ரயீமூர்த்தயே	நம:
ஓம்	அநீச்வராய	நம:
ஓம்	ஸர்வஜ்ஞாய	நம:
ஓம்	பரமாத்மனே	நம:
ஓம்	ஸோமஸூர்யாக்னி லோசனாய	நம:
ஓம்	ஹவிஷே	நம:
ஓம்	யக்ஞமயாய	நம:
ஓம்	ஸோமாய	நம:
ஓம்	பஞ்சவக்த்ராய	நம:
ஓம்	ஸதாசிவாய	நம:
ஓம்	விச்வேச்வராய	நம:
ஓம்	வீரபத்ராய	நம:
ஓம்	கணநாதாய	நம:
ஓம்	ப்ரஜாபதயே	நம:
ஓம்	ஹிரண்யரேதஸே	நம:
ஓம்	துர்தர்சாய	நம:
ஓம்	கிரீசாய	நம:
ஓம்	கிரிசாய	நம:
ஓம்	அநகாய	நம:

ஓம்	புஜங்கபூஷணாய	நம:
ஓம்	பர்க்காய	நம:
ஓம்	கிரிதன்வனே	நம:
ஓம்	கிரிப்ரியாய	நம:
ஓம்	க்ருத்தி வாஸஸே	நம:
ஓம்	புராராதயே	நம:
ஓம்	பகவதே	நம:
ஓம்	ப்ரமதாதிபாய	நம:
ஓம்	ம்ருத்யுஞ்ஜயாய	நம:
ஓம்	ஸூக்ஷமதனவே	நம:
ஓம்	ஜகத்வ்யாபினே	நம:
ஓம்	ஜகத்குரவே	நம:
ஓம்	வ்யோமகேசாய	நம:
ஓம்	மஹாஸேந ஜனகாய	நம:
ஓம்	சாருவிக்ரமாய	நம:
ஓம்	ருத்ராய	நம:
ஓம்	பூதபதயே	நம:
ஓம்	ஸ்தாணவே	நம:
ஓம்	அஹிர்புத்ன்ய ாய	நம:
ஓம்	திகம்பராய	நம:
ஓம்	அஷ்டமூர்த்தயே	நம:
ஓம்	அநேகாத்மனே	நம:
ஓம்	ஸாத்விகாய	நம:
ஓம்	சுத்த விக்ரஹாய	நம:
ஓம்	சாத்வதாய	நம:
ஓம்	கண்டபரசவே	நம:
ஓம்	அஜாய	நம:
ஓம்	பாபவிமோசநாய	நம:
ஓம்	மகுடாய	நம:
ஓம்	பசுபதயே	நம:

ஓம்	தேவாய	நம:
ஓம்	மஹாதேவாய	நம:
ஓம்	அவ்யயாய	நம:
ஓம்	ஹரயே	நம:
ஓம்	பூஷதந்தபிதே	நம:
ஓம்	அவ்யக்ராய	நம:
ஓம்	பகநேத்ரபிதே	நம:
ஓம்	தக்ஷாத்வரஹராய	நம:
ஓம்	ஹராய	நம:
ஓம்	அவ்யக்தாய	நம:
ஓம்	ஸஹஸ்ராக்ஷாய	நம:
ஓம்	ஸஹஸ்ரபதே	நம:
ஓம்	அபவர்க்கப்ரதாய	நம:
ஓம்	அனந்தாய	நம:
ஓம்	தூரகாய	நம:
ஓம்	பரமேஸ்வராய	நம:

நாநாவித பரிமள பத்ர புஷ்பாணி சமர்ப்பயாமி

(என்று பாதங்களில் மலர்களைச் சமர்ப்பிக்கவும்.)

12. தூபம்

ஓம் ஸ்ரீ வ்யோம கேசாய நம:

தூபம் ஆக்ராபயாமி

(மணி ஒலித்துக் கொண்டே ஊதுபத்தி அல்லது சாம்பிராணி காண்பிக்கவும்.)

13. தீபம்

ஓம் ஸ்ரீ ஜோதிஸ்வரூபாயநம:

தீபம் சம்தர்சயாமி

(மணி ஒலித்துக்கொண்டே ஏகதீபத்தை சுவாமியின் முன்பு காண்பிக்கவும்.)

14. நைவேத்தியம்

இடதுகையால் மணி அடித்துக்கொண்டே வலது கையால் கீழ்க்கண்ட மந்திரத்தைச் சொல்லி நிவேதனம் செய்யவும்.

ஓம் ப்ராணாய ஸ்வாஹா

ஓம் அபானாய ஸ்வாஹா

ஓம் வ்யானாய ஸ்வாஹா

ஓம் உதானாய ஸ்வாஹா

ஓம் ஸமானாய ஸ்வாஹா

ஓம் ப்ரஹ்மணே ஸ்வாஹா

நைவேத்தியம் ஸ்ரீவேதயாமி.

நைவேத்யானந்தரம் ஆசமனீயம் சமர்ப்பயாமி

ஓம் அச்யுதாய நம:

ஓம் அனந்தாய நம:

ஓம் கோவிந்தாய நம:

(என்று கூறி மூன்று முறை நீர் விடவும்.)

தாம்பூலம்

பூகிபல ஸமாயுக்தம் நாகவல்லி தளைர்யுதம்

கற்பூர சூர்ண ஸம்யுக்தம் தாம்பூலம் ப்ரதிக்ருஹ்யதாம்

ஸ்ரீ மஹேஸ்வராய நம

தாம்பூலம் சமர்ப்பயாமி

(பாக்கு வெற்றிலையைத் தாம்பூலமாகச் சமர்ப்பிக்கவும்.)

15. கற்பூர நீராஞ்சனம்

நமஸ்தே அஸ்துபகவன் விச்வேஸ்வராய மஹாதேவாய

த்ர்யம்பகாய த்ரிபுராந்தகாய த்ரிகாலாக்னிகாலாய

காலக்னி ருத்ராய நீலகண்டாய ம்ருத்யுஞ்ஜயாய

சர்வேஸ்வராய சதாசிவாய

ஸ்ரீமன்மஹாதேவாய நம:

கற்பூர நீராஞ்சனம் சமர்ப்பயாமி

(இடது கையால் மணியை ஒலிக்கச் செய்து கொண்டே கற்பூரத்தை ஏற்றி காட்டவும், அந்த ஜோதியைப் பிறகு கண்களில் ஒற்றிக் கொள்ளவும்.)

ஆசமனீயம்

ஓம் அச்யுதாய நம:

ஓம் அனந்தாய நம:

ஓம் கோவிந்தாய நம:

ஆசமனீயம் சமர்ப்பயாமி

(மூன்று முறை நீர் விடவும்.)

16. புஷ்பாஞ்சலி

(கைகளில் மலர்களை வைத்துக் கொண்டு சொல்லவும்.)

புஷ்பாஞ்சலிம் ப்ரதாஸ்யாமி க்ருஹாணகருணாநதே

நீலகண்ட விரூபாக்ஷ வாமார்த்த கிரிஜாப்ரபோ

உமாமஹேச்வராய நம:

மந்த்ர புஷ்பம் சமர்ப்பயாமி

(சுவாமியின் பாதத்தில் மலர்களைச் சமர்ப்பிக்கவும்.)

நமஸ்காரம்

வந்தே சம்புமுபாதிம் ஸுரகுரும் வந்தே ஜகத் காரணம்

வந்தே பந்நக பூஷணம் ம்ருகதரம் வந்தே பசூனாம் பதிம்

(என்று சொல்லிக்கொண்டே தன்னைத் தானே மூன்று முறை வலது பக்கமாகச் சுற்றிக் கொள்ளவும்.)

ப்ரதக்ஷிண நமஸ்காரம் சமர்ப்பயாமி

(ஆண்கள் சாஷ்டாங்கமாகவோ பெண்கள் பஞ்சாங்கமாகவோ நமஸ்காரத்தைச் செய்யலாம்.)

பிரார்த்தனை

பேரா யிரம் பரவி வானோ ரேத்தும்
பெம்மானை பிரிவிலா அடியார்க்கென்றும்
வாராத செல்வம் வருவிப்பானை
மந்திரமும் தந்திரமும் மருந்துமாகித்
தீராதநோய் தீர்த்தருள வல்லான் தன்னைத்
திரிபுரங்கள் தீயெழதிண் சிலைகை கொண்ட
பேரானை புள்ளிருக்கு வேளுரானைப்
போற்றாதே ஆற்றாநாள் போக்கினேனே.

●

வேத நாயகன் வேதியர் நாயகன்
மாதின் நாயகன் மாதவர் நாயகன்
ஆதி நாயகன் ஆதிரை நாயகன்
பூத நாயகன் புண்ணிய மூர்த்தியே.

(சிவனுக்குரிய பாடல்களை மேலும் பாராயணம் செய்யலாம்.)

யதாஸ்தானம்

(எங்கிருந்து மஹேஸ்வரன் எழுந்தருளினாரோ மீண்டும் அதே இடத்தில் எழுந்தருளச் செய்தல். கையில் புஷ்பத்தை வைத்துக்கொண்டு கீழுள்ள வரிகளைச் சொல்லி பிறகு புஷ்பத்தைப் பாதத்தில் இட்டு படத்தை அல்லது பிம்பத்தை சிறிது வடக்குப்புறமாக நகர்த்தவும்.)

அஸ்மாத் சித்ரபடாத் ஆவாஹிதம் ஸ்ரீமஹேஸ்வரம் யதாஸ்தானம் ப்ரதிஷ்டாபயாமி

சோபனார்த்தே க்ஷேமாய புனராகமனாய ச

——— ***சுபம்*** ———

மஹாவிஷ்ணு பூஜை

விளக்கேற்றுதல்

மார்கழிதிங்கள் மதிநிறைந்த
நன்னாளால்
நீராடப் போதுவீர் போதுமினோ நேர்
இழையீர்
சீர்மல்கும் ஆய்ப்பாடிச் செல்வச்
சிறுமீர்காள்
கூர்வேல் கொடுந்தொழிலன்
நந்தகோபன் குமரன்
ஏர் ஆர்ந்த கன்னி யசோதை
இளஞ்சிங்கம்
கார்மேனிச் செங்கண் கதிர்மதியம்
போல்முகத்தான்
நாராயணனே நமக்கே பறைதருவான்
பாரோர் புகழப் படிந்தேலோர்
எம்பாவாய்

(என்று சொல்லி விளக்கேற்றவும்.)

ஆசமனம்

ஓம் அச்யுதாய நமஹ
ஓம் அனந்தாய நமஹ
ஓம் கோவிந்தாய நமஹ

*(என்று வலது உள்ளங்கையில் சிறிது நீர்
விட்டு மூன்று முறை பருக வேண்டும்.)*

கண்ட்ட பூஜை

ஆகமார்த்தம் து தேவானாம்
கமனார்த்தம் து ரக்ஷஸாம்
கண்டாரவம் கரோம்யாதௌ
தேவதாஹ்வான காரணம்

(என்று சொல்லிக்கொண்டே மணியை ஒலிக்கவும்.)

ஸ்தல சுத்தி

ஓம் அக்னி மண்டலாய நம
ஓம் ஆதித்ய மண்டலாய நம
ஓம் ஸோம மண்டலாய நம
ஓம் கங்கே ச யமுனே சைவ கோதாவரி சரஸ்வதி
நர்மதே சிந்து காவேரி ஜலேஸ்மின் சந்நிதிம்குரு

(என்று சொல்லி நீர் உள்ள பஞ்ச பாத்திரத்தின் மீது வலது கையை வைத்து இந்த மந்திரத்தைச் சொல்லி அந்த நீரை எடுத்து தன் மீதும் பூஜை அறையில் உள்ள பாத்திரங்கள் மீதும் தெளிக்கவும்.)

குரு த்யானம்

சின்மயம் வயாபியத்சர்வம் த்ரைலோக்யம் ஸசராசரம்
தத்பதம் தர்சிதம் யேன தஸ்மை ஸ்ரீகுரவேநம:

(என்று சொல்லி குருவை வணங்கவும்.)

கணபதி தியானம்

ஐந்து கரத்தனை யானை முகத்தனை
இந்தின் இளம்பிறை போலும் எயிற்றனை
நந்தி மகன்தனை ஞானக் கொழுந்தினை
புந்தியில் வைத்தடி போற்றுகின்றேனே.

(என்று கணபதியை தியானிக்கவும்.)

ப்ராணாயாமம்

(கட்டை விரலால் வலது நாசியை மூடி இடது நாசியின் வழியாக மூச்சை உள்ளே இழுக்கும்போது இந்த மந்திரத்தைச் சொல்லவும்.)

ஓம் பூ: ஓம் புவ: ஓம் சுவ: ஓம் மஹ:
ஓம் ஜன: ஓம் தப: ஓகும் சத்யம்.

(பிறகு இரண்டு நாசிகளையும் மூடி)

ஓம் பூர்புவஸ்ஸுவ : தத்சவிதுர்வரேண்யம்
பர்கோ தேவஸ்ய தீமஹி. தியோ : யோ
ந : ப்ரசோதயாத்.

(என்று சொல்லி பிறகு மூச்சை வலது நாசி வழியாக வெளியே விடும்போது)

ஓம் ஆபோ ஜ்யோதிரஸோம்ருதம் ப்ரஹ்ம பூர் புவஸ்ஸுவரோம்.

(என்று வெளியே விடவும். அதேபோல் மோதிர விரலால் இடது நாசியை மூடி மேலுள்ள மந்திரத்தை சொல்லி இடது நாசி வழியாக மற்றொரு முறை ப்ராணாயாமம் செய்யவும்.)

சங்கல்பம்

(வலது தொடை மேல் இடது கை விரித்து அதில் பூ, அட்சதை வைத்து, வலது கையால் மூடி இந்த மந்திரத்தைச் சொல்லவும்.)

மமோபாத்த சமஸ்த துரிதக்ஷயத்வாரா
ஸ்ரீ நாராயண ப்ரீத்யர்த்தம்
மஹாவிஷ்ணு ப்ரஸாத சித்யர்த்தம்
சகல ஸௌபாக்கிய சித்யர்த்தம்
அஸ்மின் காலே ஸ்ரீ மஹாவிஷ்ணு பூஜாம் கரிஷ்யே.

(என்று சொல்லி கையில் இருக்கும் பூ, அட்சதையை வடக்கு நோக்கி தரையில் போடவும்.)

ஷோடச உபசாரங்கள்

1. ஆவாஹனம்

பனிக்கடலில் பள்ளி கோளைப் பழக விட்டு ஓடிவந்து என்
மனக்கடலில் வாழவல்ல மாய மணாள நம்பீ
தனிக்கடலே! தனிச்சுடரே! தனி உலகே! என்றென்றும்
உனக்கு இடமாய் இருக்க என்னை உனக்கு
உரித்தாக்கினையே.

(என்று சொல்லி ஸ்ரீமன்நாராயணனை தியானிக்கவும். பூ சமர்ப்பிக்கவும்.)

அஸ்மின் சித்ரபடே ஸ்ரீ மஹாவிஷ்ணும் ஆவாஹாயாமி

(மலர் சமர்ப்பிக்கவும்.)

(படமாக இருந்தால் 'அஸ்மின் சித்ரபடே' என்றும் சிறுசிலையாக இருந்தால் 'அஸ்மின் பிம்பே' என்றும் சொல்லி ஆவாஹனம் செய்யவேண்டும்.

2. ஆசனம்

ஓம் ஷேஷஸாயினே நமஹ.
ஆசனம் சமர்ப்பயாமி

(என்று சொல்லி மலரிடவும்.)

3. பாத்யம்

ஓம் சரணாகத வத்சலாய நம:

(நீரை மற்றொரு சிறு பாத்திரத்தில் விடல் வேண்டும்)

பாத்யம் சமர்ப்பயாமி

(என்று சொல்லி சிறுபாத்திரத்தில் ஒரு ஸ்பூன் நீரை விடவும்.)

4. அர்க்யம்

ஓம் கோவர்த்தனாயை நமஹ:
அர்க்யம் சமர்ப்பயாமி

(என்று சொல்லி சிறுபாத்திரத்தில் நீர் விடவும்.)

5. ஆசமனீயம்

ஓம் அச்யுதாய   நம:
ஓம் அனந்தாய   நம:
ஓம் கோவிந்தாய நம:

(இந்த மந்திரங்களைச் சொல்லி)

ஆசமனீயம் சமர்ப்பயாமி

(மூன்று முறை நீரை விடவும்.)

6. மதுபர்க்கம்

ஓம் மதுராநாதாய நமஹ:
மதுபர்க்கம் சமர்ப்பயாமி

(சிறிது கல்கண்டு அல்லது பேரீச்சம் பழத்தை பெருமாள் முன்பு வைக்கவும்.)

7. ஸ்நானம்

ஓம் க்ஷீரோதன்வப் ப்ரதேஷகாய நமஹ
ஸ்நானம் சமர்ப்பயாமி

(நீர் விடவும்.)

ஸ்நானானந்தரம் ஆசமனீயம் சமர்ப்பயாமி
அச்யுதாய   நம:
அனந்தாய   நம:
கோவிந்தாய நம:

(மூன்று முறை நீர் விடவும்.)

8. வஸ்திரம்

ஓம் குப்ஜா க்ருஷ்ணாம்பர தராயை நமஹ

வஸ்திரம் ஸமர்ப்பயாமி

வஸ்திரார்த்தம் புஷ்பம் சமர்ப்பயாமி

(பாதங்களில் மலர்களைச் சமர்ப்பிக்கவும்.)

9. ஆபரணம்

ஓம் ஸ்ரீ வத்ஸ கௌஸ்துபதராயை நமஹ

ஆபரணம் சமர்ப்பயாமி

ஆபரணார்த்தம் புஷ்பம் சமர்ப்பயாமி

(பாதங்களில் மலர்களைச் சமர்ப்பிக்கவும்.)

10. கந்தம்

ஓம் ஸ்ரீ திவ்ய சந்தன தாரிணே நமஹ

கந்தம் சமர்ப்பயாமி

(சந்தனத்தை பெருமாளின் நெற்றியில் அணிவிக்கவும்.)

கந்தஸ்ய உபரி ஹரித்ரா குங்குமம் சமர்ப்பயாமி

(அதன் மேல் குங்குமம் வைக்கவும்.)

11. புஷ்பம்

ஸ்ரீ விஷ்ணு அஷ்டோத்தர சத நாமாவளி

ஓம்	அச்யுதாய	நம:
ஓம்	அதீந்த்ராய	நம:
ஓம்	அனாதிநிதனாய	நம:
ஓம்	அநிருத்தாய	நம:
ஓம்	அம்ருதாய	நம:
ஓம்	அரவிந்தாய	நம:

ஓம்	அச்வத்தாய	நம:
ஓம்	ஆதித்யாய	நம:
ஓம்	ஆதிதேவாய	நம:
ஓம்	ஆனந்தாய	நம:
ஓம்	ஈச்வராய	நம:
ஓம்	உபேந்த்ராய	நம:
ஓம்	ஏகஸ்மை	நம:
ஓம்	ஓஜஸ்தேஜோ த்யுதிதராய	நம:
ஓம்	குமுதாய	நம:
ஓம்	க்ருதஜ்ஞாய	நம:
ஓம்	க்ருஷ்ணாய	நம:
ஓம்	கேசவாய	நம:
ஓம்	க்ஷேத்ரஜ்ஞாய	நம:
ஓம்	குதாதராய	நம:
ஓம்	கருடத்வஜாய	நம:
ஓம்	கோபதயே	நம:
ஓம்	கோவிந்தாய	நம:
ஓம்	கோவிதாம்பதயே	நம:
ஓம்	சதுர்ப்புஜாய	நம:
ஓம்	சதுர்வ்யூஹாய	நம:
ஓம்	ஜனார்த்தனாய	நம:
ஓம்	ஜ்யேஷ்ட்டாய	நம:
ஓம்	ஜ்யோதிராதித்யாய	நம:
ஓம்	ஜ்யோதிஷே	நம:
ஓம்	தூராய	நம:
ஓம்	துமனாய	நம:
ஓம்	தாமோதராய	நம:
ஓம்	தீப்தமூர்த்தயே	நம:
ஓம்	து:ஸ்வப்ன நாசனாய	நம:

ஓம்	தேவகீ நந்தனாய	நம:
ஓம்	தனஞ்ஜயாய	நம:
ஓம்	நந்திநே	நம:
ஓம்	நாராயணாய	நம:
ஓம்	நரஸிம்ஹவபுஷே	நம:
ஓம்	பத்மநாபாய	நம:
ஓம்	பத்மிநே	நம:
ஓம்	பரமேஸ்வராய	நம:
ஓம்	பவித்ராய	நம:
ஓம்	ப்ரத்யும்னாய	நம:
ஓம்	ப்ரணவாய	நம:
ஓம்	புரந்தராய	நம:
ஓம்	புருஷாய	நம:
ஓம்	புண்டரீகாக்ஷாய	நம:
ஓம்	ப்ருஹத்ரூபாய	நம:
ஓம்	பக்தவத்ஸலாய	நம:
ஓம்	பகவதே	நம:
ஓம்	மதுஸூதனாய	நம:
ஓம்	மஹாதேவாய	நம:
ஓம்	மஹாமாயாய	நம:
ஓம்	மாதவாய	நம:
ஓம்	முக்தானாம் பரமாகதயே	நம:
ஓம்	முகுந்தாய	நம:
ஓம்	யக்ஞகுஹ்யாய	நம:
ஓம்	யஜ்ஞபதயே	நம:
ஓம்	யஜ்ஞாஜ்ஞாய	நம:
ஓம்	யஜ்ஞாய	நம:
ஓம்	ராமாய	நம:
ஓம்	லக்ஷ்மீபதே	நம:

ஓம்	லோகாத்யக்ஷாய	நம:
ஓம்	லோஹிதாக்ஷாய	நம:
ஓம்	வரதாய	நம:
ஓம்	வர்த்தனாய	நம:
ஓம்	வராரோஹாய	நம:
ஓம்	வஸுப்ரதாய	நம:
ஓம்	வஸுமனஸே	நம:
ஓம்	வ்யக்திரூபாய	நம:
ஓம்	வாமனாய	நம:
ஓம்	வாயுவாஹனாய	நம:
ஓம்	விக்ரமாய	நம:
ஓம்	விஷ்ணவே	நம:
ஓம்	விஷ்வக்ஸேனாய	நம:
ஓம்	வ்ருஷோதராய	நம:
ஓம்	வேதவிதே	நம:
ஓம்	வேதாங்காய	நம:
ஓம்	வேதாய	நம:
ஓம்	வைகுண்டாய	நம:
ஓம்	சரணாய	நம:
ஓம்	சாந்தாய	நம:
ஓம்	சார்ங்கதன்வனே	நம:
ஓம்	சாச்வதஸ்தாணவே	நம:
ஓம்	சி கண்டினே	நம:
ஓம்	சிவாய	நம:
ஓம்	ஸ்ரீதராய	நம:
ஓம்	ஸ்ரீநிவாஸாய	நம:
ஓம்	ஸ்ரீமதே	நம:
ஓம்	சுபாங்காய	நம:
ஓம்	ச்ருதிஸாகராய	நம:

ஓம்	ஸங்கர்ஷணாய	நம:
ஓம்	ஸதாயோகினே	நம:
ஓம்	ஸர்வதோமுகாய	நம:
ஓம்	ஸர்வேஸ்வராய	நம:
ஓம்	ஸஹஸ்ராக்ஷாய	நம:
ஓம்	ஸ்கந்தாய	நம:
ஓம்	ஸாக்ஷிணே	நம:
ஓம்	ஸுதர்சனாய	நம:
ஓம்	ஸுரானந்தாய	நம:
ஓம்	ஸுலபாய	நம:
ஓம்	ஸுக்ஷ்மாய	நம:
ஓம்	ஹரயே	நம:
ஓம்	ஹிரண்யகர்ப்பாய	நம:
ஓம்	ஹிரண்யநாபாய	நம:
ஓம்	ஹ்ருஷீகேசாய	நம:

இதி ஸ்ரீ விஷ்ணு அஷ்டோத்தர சத நாமாவளி ஸம்பூர்ணா.

நாநாவித பரிமள பத்ர புஷ்பாணி சமர்ப்பயாமி

(என்று பாதங்களில் மலர்களைச் சமர்ப்பிக்கவும்.)

12. தூபம்

ஓம் துளசி தாம பூஷணாய நமஹ:

தூபம் ஆக்ராபயாமி

(மணி ஒலித்துக் கொண்டே ஊதுபத்தி, அல்லது சாம்பிராணி காண்பிக்கவும்.)

13. தீபம்

ஓம் ஸ்ரீ சச்சிதானந்த விக்ரஹாயை நமஹ

தீபம் சம்தர்சயாமி

(மணி ஒலித்துக் கொண்டே ஏகதீபத்தை பெருமாள் முன்பு காண்பிக்கவும்.)

14. நைவேத்தியம்

இடதுகையால் மணி அடித்துக்கொண்டே வலது கையால் கீழ்க்கண்ட மந்திரத்தை சொல்லி நிவேதனம் செய்யவும்.

ஓம் ப்ராணாய ஸ்வாஹா
ஓம் அபானாய ஸ்வாஹா
ஓம் வ்யானாய ஸ்வாஹா
ஓம் உதானாய ஸ்வாஹா
ஓம் ஸமானாய ஸ்வாஹா
ஓம் ப்ரஹ்மணே ஸ்வாஹா
நைவேத்தியம் ஸ்ரீவேதயாமி.
நைவேத்யானந்தரம் ஆசமனீயம் சமர்ப்பயாமி
ஓம் அச்யுதாய   நம:
ஓம் அனந்தாய   நம:
ஓம் கோவிந்தாய நம:

(என்று கூறி மூன்று முறை நீர்விடவும்.)

தாம்பூலம்

பூகிபல ஸமாயுக்தம் நாகவல்லி தளைர்யுதம்
கற்பூர சூர்ண ஸம்யுக்தம் தாம்பூலம் ப்ரதிக்ருஹ்யதாம்
ஸ்ரீ மஹா விஷ்ணுவே நமஹ
தாம்பூலம் சமர்ப்பயாமி

(பாக்கு வெற்றிலையைத் தாம்பூலமாகச் சமர்ப்பிக்கவும்.)

15. கற்பூர நீராஞ்சனம்

மாயனே மண்ணு வடமதுரை மைந்தனை
தூயப் பெருநீர் யமுனைத் துறைவனை

ஆயர் குலத்தினில் தோன்றும் அணிவிளக்கை
தாயைக் குடல் விளக்கஞ்செய்த தாமோதரனை
தூயோமாய் வந்துநாம் தூமலர் தூவித் தொழுது
வாயினாற் பாடி, மனத்தினால் சிந்திக்க
போய பிழையும் புகுதருவான் நின்றனவும்
தீயினால் தூசாகும் செப்பேலோ ரெம்பாவாய்
கற்பூர நீராஞ்சனம் சமர்ப்பயாமி

(இடது கையால் மணியை ஒலிக்கச் செய்துகொண்டே கற்பூரத்தை ஏற்றிக் காட்டவும், அந்த ஜோதியைப் பிறகு கண்களில் ஒற்றிக் கொள்ளவும்.)

ஆசமனீயம்

ஓம் அச்யுதாய நம:
ஓம் அனந்தாய நம:
ஓம் கோவிந்தாய நம:
ஆசமனீயம் சமர்ப்பயாமி

(மூன்று முறை நீர் விடவும்.)

16. புஷ்பாஞ்சலி

(கைகளில் மலர்களை வைத்துக் கொண்டு சொல்லவும்.)

தோடுவா மலர் மங்கை தோளினை
தோய்த்ததும் சுடர் வாளியாய்
நீடு மாமரம் செற்றதும் நிரை
மேய்த்ததும் இவையே நினைந்து
ஆடிப்பாடி அரங்கவோ என்று
அழைக்கும் தொண்டாடிப் பொடி
ஆடநாம் பெறில் கங்கை நீர்குடைந்

தாடும் வேட்கை என்னாவதே

மந்த்ர புஷ்பம் சமர்ப்பயாமி

(பெருமாளின் பாதத்தில் மலர்களைச் சமர்ப்பிக்கவும்.)

நமஸ்காரம்

யாநி காநி ச பாபாநி ஜன்மாந்த்தர க்ருதாநி ச

தாநி தாநி விநஸ்யந்தி ப்ரதக்ஷிண பதே பதே

(என்று சொல்லிக்கொண்டே தன்னைத் தானே மூன்று முறை வலது பக்கமாகச் சுற்றிக் கொள்ளவும்.)

ப்ரதக்ஷிண நமஸ்காரம் சமர்ப்பயாமி

(ஆண்கள் சாஷ்டாங்கமாகவோ பெண்கள் பஞ்சாங்கமாகவோ நமஸ்காரத்தை செய்யலாம்.)

பிரார்த்தனை

ஓங்கி உலகளந்த உத்தமன் பேர்பாடி

நாங்கள் நம் பாவைக்குச் சாற்று நீராடினால்

தீங்கின்றி நாடெல்லாம் திங்கள் மும்மாரி பெய்து

ஓங்கு பெருஞ் செந்நெல் ஊடுகயலுகள

பூங்குவளைப் போதில் பொறிவண்டு கண்படுப்ப

தேங்காதே புக்கிருந்து சீர்த்த முலைப்பற்றி

வாங்கக் குடம் நிறைக்கும் வள்ளல் பெரும் பசுக்கள்

நீங்காத செல்வம் நிறைந்தேலோ ரெம்பாவாய்

(தொடர்ந்து நாராயணனைப் பற்றிய துதிப்பாடல்களைப் பாடவும்.)

யதாஸ்தானம்

(எங்கிருந்து ஸ்ரீமஹா விஷ்ணு எழுந்தருளினாரோ மீண்டும் அதே இடத்தில் எழுந்தருளச் செய்தல். கையில் புஷ்பத்தை

வைத்துக் கொண்டு கீழுள்ள வரிகளைச் சொல்லி பிறகு புஷ்பத்தை பாதத்தில் இட்டு படத்தை அல்லது பிம்பத்தை சிறிது வடக்குப்புறமாக நகர்த்தவும்.)

அஸ்மாத் சித்ரபடாத் ஆவாஹிதம் ஸ்ரீமஹா விஷ்ணும் யதாஸ்தானம் ப்ரதிஷ்டாபயாமி

சோபனார்த்தே க்ஷேமாய புனராகமனாய ச

—— சுபம் ——

இன்பமே சூழ்க...
எல்லோரும் வாழ்க!

www.ingramcontent.com/pod-product-compliance
Lightning Source LLC
LaVergne TN
LVHW041323080426
835513LV00008B/571
9788183682213